இதய ஒலி

இதய ஒலி

டி. கே. சிதம்பரநாத முதலியார் (1882 – 1954)

ரசிகமணி டி. கே. சி. என்று அறியப்பட்ட டி. கே. சிதம்பரநாத முதலியார் தென்காசியில் பிறந்தார். திருச்சியில் பள்ளிப் படிப்பை முடித்த டி. கே. சி., சென்னைக் கிறிஸ்தவக் கல்லூரியில் பி.ஏ. படித்தார். சென்னைச் சட்டக் கல்லூரியில் படித்து பி.எல். பட்டம் பெற்றாலும் அவர் வழக்குரைஞராகத் தொழில் புரிந்தது சிறிது காலமே. சென்னைச் சட்டமன்றத்தின் மேலவை உறுப்பினராகவும் (1927–1930) இந்து சமய அறநிலையத் துறையின் ஆணையராகவும் (1930–1935) இருந்தார்.

1908இல் திருமணம். மனைவி: பிச்சம்மாள். ஒரே மகன் தீத்தாரப்பன் என்ற தீபன் (1909 – 1941) அகால மரணமடைந்தார்.

புலமையைவிட ரசனையை வலியுறுத்திய டி. கே. சி., வட்டத்தொட்டி என்ற நண்பர் குழாம் வழியாக அக்காலத் தமிழ் இலக்கிய உலகில் ஆழமான தாக்கத்தை ஏற்படுத்தினார். கம்பராமாயணம், முத்தொள்ளாயிரம், தனிப்பாடல்கள் ஆகியவை கவனம் பெற்றதில் இவர் பங்கு பெரிது. இடைச்செருகல் என்று பல பாடல்களை நீக்கியும், உண்மையான வடிவம் என்று பல பாடல்களைத் திருத்தியும் இவர் வெளியிட்ட கம்பராமாயணப் பதிப்புகள் விவாதத்திற்குள்ளாயின. கவிமணி தேசிகவிநாயகம் பிள்ளையின் பாடல்களை இலக்கிய உலகத்தில் முன்னிறுத்தி, 'மலரும் மாலையும்' தொகுப்பு வெளிவரக் காரணமாக இருந்தவரும் இவரே.

தமிழ்வழிக் கல்வியை வற்புறுத்திய டி. கே. சி., தமிழ் இசை இயக்கத்திலும் முன்னின்றார்.

கட்டுரைகளைவிட நண்பர்களுக்கு எழுதிய ஆயிரக்கணக்கான கடிதங்கள்வழித் தம் பார்வையை முன்வைத்தவர் டி. கே. சி. இவருடைய கடிதங்கள் பல நூல்களாக வெளிவந்துள்ளன.

டி.கே.சி. பதிப்பித்த நூல்கள்: 'கம்பர் தரும் ராமாயணம்' (மூன்று பாகம்); 'முத்தொள்ளாயிரம்'.

எழுதிய நூல்கள்: 'இதய ஒலி' (1941), 'கம்பர் யார்?' (1941), 'அற்புத ரஸம்' (1944).

டி. கே. சி.

இதய ஒலி

காலச்சுவடு பதிப்பகம்

அன்பார்ந்த வாசகருக்கு,

வணக்கம்.

காலச்சுவடு நூலை வாங்கியமைக்கு நன்றி.

நூலின் உள்ளடக்கம், உருவாக்கம், அட்டைப்படம் இன்ன பிற அம்சங்கள் பற்றிய உங்கள் கருத்துகளையும் ஆலோசனைகளையும் காலச்சுவடு வரவேற்கிறது. தகவல், எழுத்து, வாக்கியப் பிழைகள் தென்பட்டால் கட்டாயம் தெரிவித்து உதவுங்கள். நூல் தயாரிப்பில் கடும் குறைபாடு இருப்பின் மாற்றுப் பிரதி உங்களுக்குக் கிடைக்கக் காலச்சுவடு ஏற்பாடு செய்யும்.

மின்னஞ்சல்: publisher@kalachuvadu.com

காலச்சுவடு நாகர்கோவில் தலைமையகத்துக்கும் கடிதம் அனுப்பலாம்.

தங்கள்
எஸ்.ஆர். சுந்தரம் (கண்ணன்)
பதிப்பாளர் — நிர்வாக இயக்குநர்

இதய ஒலி ❖ கட்டுரைகள் ❖ ஆசிரியர்: டி.கே. சிதம்பரநாத முதலியார் ❖ முதல் பதிப்பு: 1941 ❖ காலச்சுவடு முதல் பதிப்பு: பிப்ரவரி 2021 ❖ வெளியீடு: காலச்சுவடு பப்ளிகேஷன்ஸ் (பி) லிட்., 669, கே.பி. சாலை, நாகர்கோவில் 629001

காலச்சுவடு பதிப்பக வெளியீடு: 984

itaya oli ❖ Essays ❖ T. K. Chidambaranatha Mudaliar ❖ Language: Tamil ❖ First Edition: 1941 ❖ Kalachuvadu First Edition: February 2021 ❖ Size: Demy 1 x 8 ❖ Paper: 18.6 kg maplitho ❖ Pages: 160

Published by Kalachuvadu Publications Pvt. Ltd., 669 K.P. Road, Nagercoil 629001, India ❖ Phone: 91-4652-278525 ❖ e-mail: publications@kalachuvadu.com ❖ Printed at Mani Offset, Chennai 600077

ISBN: 978-93-90802-50-0

02/2021/S.No. 984, kcp 2824, 16 (1) 9ss

பொருளடக்கம்

ஒரு முன் குறிப்பு 9

டி.கே.சி.: ஒரு கலைநோக்கு – சுந்தர ராமசாமி 13

1. சரஸ்வதி அல்லது மனோதத்துவம் 25
2. பூவின்மேல்ப் பிறந்த மோகம் 31
3. அழகு தூண்டிய வீரம் 35
4. கால்மணிநேரம் தமிழுக்கு 40
5. தியாகராஜ விலாசம் அல்லது புலவர் தொழில் 45
6. இதய ஒலி 48
7. நாம் கல்வி கற்ற முறை 55
8. கருத்தும் கவியும் 63
9. தமிழுக்கு வாய்த்த அரும் புதல்வன் 70
10. பெண்களின் ஆரூடம் 76
11. நாமும் வள்ளுவரும் 83
12. தமிழ் வளர்ந்த மன்றங்கள் 87
13. கண்ணாரக்காண ஒரு கவிஞர் 91
14. பண்டைக்காலத்து மாமா ஒருவர் 102
15. என் அத்தை 108

16. குற்றாலக் குறவஞ்சி	114
17. சமய தீபம்	118
18. சங்கீதமும் சாகித்தியமும்	126
19. கவியும் உருவமும்	140
20. திருநெல்வேலிச் சீமையும் தமிழ்க் கவியும்	146
செய்யுள் முதற்குறிப்பகராதி	158

பதிப்புக் குறிப்பு

'இதய ஒலி' டி.கே.சிதம்பரநாத முதலியாரின் (1881–1954) புகழ்பெற்ற கட்டுரைத் தொகுப்பு. டி.கே.சி. என்றழைக்கப்பட்ட அவர் நூற்றாண்டின் இறுதியில் பிறந்து 20ஆம் நூற்றாண்டின் நடுப்பகுதி வரை வாழ்ந்த செல்வ வளமுடைய தமிழறிஞர், விமர்சகர். டி.கே.சி.யை இந்தத் தலைமுறைக்கு அறிமுகப்படுத்துவதே 'இதய ஒலி'யை மறுபதிப்பிடுவதன் நோக்கம்.

டி.கே.சி.யை அறிமுகப்படுத்த எண்ணியபோது சுந்தர ராமசாமி அவரைப் பற்றி மதிப்புரைத்த டி.கே.சி.: ஒரு கலைநோக்கு என்ற கட்டுரை நினைவுக்கு வந்தது ஆ. இரா. வேங்கடாசலபதிக்கு. இந்நூலுக்குப் பொருத்தமும் நேர்த்தியுமான அறிமுகமாக அது அமையும் என்றெண்ணி அதையே முன்னுரைக்குப் பதிலியாக ஆக்கியுள்ளேன்.

'இதய ஒலி'யின் முதல் பதிப்பு 1941இலும் இரண்டாம் பதிப்பு 1947இலும் வெளிவந்துள்ளன. 1958இல் மூன்றாம் பதிப்பாக வந்த பிரதியே இப்பதிப்பின் மூலபாடம். பொதிகைமலைப் பதிப்பு, திருக்குற்றாலம் – தென்காசியிலிருந்து நூல் வெளியாகியுள்ளது. மொத்தம் 20 கட்டுரைகள் கொண்டது 'இதய ஒலி'. 1927 முதல் 1941 வரையிலான 14 ஆண்டுகளில் வெளிவந்தவை இவை. 1927 (1), 1932 (4), 1935 (3), 1936 (1), 1937 (3), 1938 (1), 1939 (1), 1940 (4), 1941 (1) என்ற ஆண்டுகளில் வெளியாகி

யுள்ளன இக்கட்டுரைகள். ஒரு கட்டுரைக்குக் காலம் தெரிய வில்லை. மூலப்பதிப்பில் கட்டுரைத் தலைப்பின் கீழ் ஆண்டும், கட்டுரையின் முதல் பக்கத்தின் அடியில் தேதியும் தரப்பட்டிருந்தன. அவற்றை இப்பதிப்பில் கட்டுரையின் இறுதியில் தந்துள்ளோம். கட்டுரை வெளிவந்த இதழ்த் தகவல்கள் தெரியவில்லை.

டி.கே.சி.யை அச்சு அசலாக இந்தத் தலைமுறைக்கு அறிமுகப்படுத்த விரும்பினோம். அதனால் அவர் தமிழை எழுதும் வித்தியாசமான முறையிலேயே நூல் அச்சாகியுள்ளது. 'தெரியாமல்த்தான்', 'அதனால்த் தெலுங்கு' என மிகக் கூடாது எனப்பட்ட இடங்களிலும் ஒற்று மிகுத்து எழுதுவார் டி.கே.சி. காதுதான் அளவுகோல் என்பது அவரது நியாயப்பாடு. அவரது கொள்கைப்படியே ஒற்று மிகுதலும் மிகாமையும் இந்தப் பதிப்பில் கொள்ளப்பட்டுள்ளன. டி. கே. சி.யைப் பின்பற்றி அவரது நண்பரும் எழுத்தாளருமான கி. ராஜநாராயணனும் இப்படியேதான் எழுதுகிறார். கி. ரா. தனிப்பட எழுதும் கடிதங்களைப் பெற்றவர்க்கும் பார்த்தவருக்கும் இது தெரிந்திருக்கும். கி. ரா.வின் எழுத்தைப் பதிப்பிக்கும் முதலாளிகள் இலக்கண மரபைப் பெருமைப்படுத்திப் பொது வழக்கிலேயே அச்சேற்றினர்.

நூலின் இடையில் வரலாகும் செய்யுள்களை வாசகன் தேடிப்படிக்கச் செய்யுள் முதற்குறிப்பை அகராதியாக இறுதியில் தருவது அக்கால வழக்கம். திரு.வி.க.வின் நூல்களில் இதை மிகுதியாகப் பார்க்கலாம். அவ்வழக்கத்தில் அமைந்த முதற்குறிப்பகராதியும் இந்நூலில் உண்டு.

'தமிழ் தெரியாத தெலுங்கர்களிடம்போய், நம்முடைய தமிழ் சாகித்தியத்தை எடுத்து விட வேண்டும்' என்பது 'இதய ஒலி'யில் வரும் ஒரு தொடர் (ப.132). பாட வேண்டும் என்பதுதான் எள்ளலும் கிண்டலும் கலந்த தொனியில் 'எடுத்து விட வேண்டும்' என்று பேச்சு நடையில் எழுதப்பட்டிருக்கிறது. இவ்வாறு பேச்சு நடையில் அமைந்தவைதான் இந்நூலின் எல்லாக் கட்டுரைகளும். ஓரிரு கட்டுரைகளைப் படிப்பதற்குள்ளாகவே வாசகன் இதை உணர்ந்து கொள்ளமுடியும். யாரோ உங்கள் முன்னால் உட்கார்ந்து பேசிக்கொண்டிருக்கிறார்கள் என்று வாசகனுக்குத் தோன்றிவிடும். டி.கே.சி.யைப் பற்றிச் சொல்லப் பல உண்டு. இப்போதைக்கு இது போதும்.

டி.கே.சி.யின் சுய பார்வையும் அதன்மேல் எழும் உறுதியும் போன்ற குணங்கள் தமிழர்க்கு இன்றும் வாய்க்கவில்லையே என்ற ஏக்கம் தோன்றியது எனக்கு. படித்துப் பாருங்கள். நீங்களும் இதையோ இது போன்ற எதையோ கட்டாயம் உணர்ந்து

மருகுவீர்கள். பத்தோடு பதினொன்று அல்ல இக்கட்டுரைகள். காலச் சலுகை கோரி உங்கள் முன்னால் கை கட்டி நிற்பனவும் அல்ல இவை. சுந்தர ராமசாமியின் சொற்களில் சொல்வதானால் சருமத்தைத் தாண்டி சாரத்தைத் தொடுவன இக்கட்டுரைகள்.

12 மார்ச் 2019
சென்னை *4*

உறுதி சொல்வது
பழ. அதியமான்

டி.கே.சி.: ஒரு கலைநோக்கு

சுந்தர ராமசாமி

மிகவும் கேவலமான நிலை இது. ஒன்றை மற்றொன்றின் அடிப்படையில் மதிப்பிட்டு முடிவு கட்டிவிடுவது. ஒரு பக்கம் கலை உணர்வற்ற சாமானிய ஜனங்களும் மறுபக்கம் அரசியல் கலாச்சாரத் தலைவர்களும் போட்டி போட்டுக்கொண்டு இந்தக் கைங்கரியத்தில் ஈடுபட்டு வருகிறார்கள்.

அபார அழகி – எனவே பரதநாட்டியம் பிரமாதம்; தூய்மையான மொழி – ஆகவே அற்புதமான இலக்கியம்; இதன்கண் தமிழ்ப் பண்பாடு அடக்கம் – மிகச் சிறந்த காவியம்; சிறந்த கருத்து – ஆகவே சிறந்த கதை; டபிள்ளெம்மே பிஎச்.டி. எழுதியது – எனவே நாவல் எப்படி சாதாரணமாக இருக்க முடியும்? சீன், அலங்காரம், தந்திரக் காட்சிகள், காட்சி ஜோடனை, ஹெலிகாப்டர் பதினாறடி சவுக்கத்துக்குள் சுற்றிச் சுழல்வது, விந்தையிலும் விந்தை – ஆகவே நாடகம் வெகு அருமை; வார்த்தை பிரவாகமெடுத்து வருகிறது – சொற்பொழிவு அற்புதம்; பாடகர் அத்வைத சித்தாந்தத்தை விளக்குவதில் நிபுணர் – மிக உயர்ந்த சங்கீதம்; அகில உலக அறிஞர் – கேவலம், சிறுகதை உருவம் கைவந்துவிட்டதில் ஆச்சரியமே இல்லை; முப்பதினாயிரம் பிரதிகள் விற்பனை, பதினொரு மொழிகளில் மொழிபெயர்ப்பு – மட்டமானதை மக்கள் மன்றம் ஏற்றுக்கொள்ளுமா என்ன? . . . இத்யாதி.

இது ஒரு பக்கம்.

மற்றொரு பக்கம், கலைகளில் இலக்கியத்தில் கண்ட கண்ட இடமெல்லாம் சர்வ சமரசவாதிகள். ரொம்பவும் விசால மனசு படைத்தவர்கள். அடையாறு ஆலமரத்தின் விழுதுகள் போன்று தங்கள் கரங்களால் கூடுமானவரை அனைத்தையும் சகலமானதையும் பாரபட்சம் காட்டாமல் இழுத்து அணைத்துக்கொள்ளவே பார்ப்பார்கள்.

மேற்படி புருஷார்த்தங்கள் பரிபூரணமாகத் திகழும் பிரதிநிதி யுடன் ஒரு பேட்டி:

இவர்களில் தாங்கள் மிகவும் விரும்பும் கவிஞர் யார்?

1. உலகநாதப் புலவர்
2. ஆண்டாள்
3. கம்பன்
4. பொட்டல்விளை ஜார்ஜ் ஃபர்னாண்டஸ்

நால்வரையும் சிறந்த கவிஞர்கள் என்றுதான் சொல்ல வேண்டும். உலகநாதப் புலவரிடம் பொருள் நயம்; ஆண்டாளிடம் சொல் நயம்; கற்பனைத் திறன் மிகுதி கம்பனிடம்; பொட்டல்விளை ஜார்ஜ் ஃபர்னாண்டஸோ தத்துவார்த்தக் கவிஞர்.

வால்மீகி சிறந்த கவிஞரா? கம்பன் சிறந்த கவிஞரா? ஷேக்ஸ்பியர் சிறந்த கவிஞரா?

வால்மீகி வடமொழியில் சிறந்த கவிஞன். கம்பன் கன்னித் தமிழை வளப்படுத்தியவன். ஷேக்ஸ்பியர் ஆங்கில மொழிக்குக் கிரீடம் போன்றவன். அந்த அந்த மொழிகளில் மூவரும் சிறந்த கவிஞர்கள்தாம் என்பதில் என்ன ஐயம்?

கலை கலைக்காக என்கிறார்கள்; மக்களுக்காக என்கிறார்கள். தங்கள் கருத்து?

உண்மைக் கலை அமைதி பெற்று மக்களுக்குத் தொண்டாற்றுகிறது.

புதுமைப்பித்தன் சிறந்த சிறுகதை ஆசிரியரா? கோமளவல்லி சிறந்த சிறுகதை எழுத்தாளரா?

புதுமைப்பித்தன் ஆண் உள்ளங்களைப் படம் பிடிப்பதில் வல்லவர்; பின்னவர் பெண் உள்ளங்களைச் சித்திரிப்பதில் திறமைசாலி.

கலை இலக்கியத் துறையில் மேல் நாட்டிலிருந்து நாம் கற்றுக்கொள்ள வேண்டியது ஏதேனும் உண்டா?

மேல் நாட்டாரிடம் நாம் கற்றுக்கொள்ள வேண்டியது சில உண்டு. நம்மிடம் மேல்நாட்டார் கற்றுக்கொள்ள வேண்டியதும் சில சொல்லலாம்.

கம்பனிடத்தில் தாங்கள் கண்ட சிறப்பான அம்சம் ஒன்று சொல்ல முடியுமா?

தாராளமாக. ஓராயிரம் சொல்லலாமே! திருப்பிப் போட்டது எவ்வளவு பெரிய சாதனை?

எதை?

விளங்கவில்லையா உங்களுக்கு? 'மன்னன் உயிர்த்தே மலர்தலை உலகம்' என்பது புறநானூறு. கம்பன் எப்படி மாற்றிப் போடுகிறான் பாருங்கள். 'வய்யம் மன்னுயிராக அம் மன்னுயிர், உய்யத் தாங்கும் உடலன்ன மன்னனுக்கு...' என்கிறான். எவ்வளவு பெரிய புரட்சி! குடியாட்சித் தத்துவத்தின் முதல் விதை. கவர்ண்மெண்டு ஆஃப் தி பீபிள், பை தி பீபிள், ஃபார் தி பீபிள் என்று லிங்கன் பேசுவது எத்தனை நூற்றாண்டுகளுக்குப் பின்னால் என்பதை நீங்களே கணக்குப் போட்டுப் பார்த்துக்கொள்ளுங்களேன்...

போன வருஷம் இந்தக் கருத்தை அருமையாக எடுத்து விளக்கினீர்களே, இரண்டு மணி நேரம்...

இரண்டரை மணி நேரம் என்று சொல்லுங்கள். ஒரே கரகோஷம்; ஒரே உற்சாகம்... அடேயப்பா!

ஆமாம், ஆமாம். இந்த வருஷம் புதிசாக ஏதாவது..?

இந்த வருஷம் 'தொட்டுத் தூக்கவில்லை' என்பது பற்றிப் பேசப் போகிறேன்.

யாரு?

ராவணன்.

யாரை?

சீதாப்பிராட்டியை.

அவ்வளவு பண்பாடா அவனுக்கு?

அவனுக்கா? கம்பனுக்கு. வால்மீகியில் அப்படி இல்லையே.

தொட்டுத் தூக்குவதைப் பார்த்தும் வால்மீகி சும்மா இருந்துவிட்டாரா என்ன?

ஏதோ தவறிவிட்டார்.

இழுக்குத்தானே?

இழுக்கு என்று சொல்ல முடியுமா? மிக மிகச் சிறந்த கவிஞர்தானே அவரும்?

யாரு?

வால்மீகி.

கம்பன்?

கம்பனும் மிக மிகச் சிறந்த கவிஞர்தான்.

இரண்டு பேருமே மிக மிகச் சிறந்த கவிஞர்கள்தான், இல்லையா?

சந்தேகம் என்ன அதில்?

உலகத்தில் மிக மிகச் சிறந்த கவிஞர்கள் எல்லோருமே மிக மிகச் சிறந்த கவிஞர்கள்தான் இல்லையா? அப்படித்தானே?

கேள்வியிலேயே விடை தொக்கி நிற்கிறதே.

தமிழில் மிக மிகச் சிறந்த கவிஞர் என்று சொல்ல முடியாதவர்கள் யாரேனும் இருக்கிறார்களோ?

தமிழ் மொழி தவமுடைத்து... தலைவர் மேடை ஏறிவிட்டாரே. வரட்டுமா?

ஓரே வழவழா, கத்தாழை, ஆமணக்கெண்ணெய் என்றெல்லாம் நினைக்கலாம். ருசியில்லாதவர், தரம் தெரியாதவர் என்று நினைத்துவிடலாம். மகாபலிபுரம் யானையைப் பார்த்தால் இதில் எத்தனை அம்மிகள் தேறும் என்று கேட்கக்கூடும் என்றே தோன்றும். முற்றிலும் உண்மை அல்ல அது. தராதரம் தெரியாதவர் என்று இவரைச் சொல்லவே முடியாது. ஆகார விஷயங்களில் துல்லியமான ருசி உள்ளவர்தான். மோர்க் குழம்பில் ஒரு சிமிட்டி உப்பு அதிகம் என்று வெகு கணக்காய்ச் சொல்வார். மிக்சரைக் கொண்டு வைத்தால் முதலில் முந்திரிப் பருப்பாகப் பார்த்துப் பொறுக்க ஆரம்பித்துவிடுவார். கோரம்பாயில் படுத்துறங்கு வதற்கும் பஞ்சணையில் கண்ணயர்வதற்குமுள்ள வித்தியாசம் இவருக்கு நன்றாகத் தெரிகிறது. இந்தக் குளிருக்கு நகச்சூட்டில் குளித்தால் இதமாக இருக்கும் என்று சொல்லத்தான் செய்கிறார். கறுப்புக் கரை வேஷ்டிதான் இவருக்குப் பிடிக்கும். மனைவி அழகாய் இருப்பதில் உள்ளூர ஒரு பரவசம் உண்டு. 'ஆஹா நல்ல சுகமான தென்றல்' என்கிறார். பஞ்சேந்திரியங்கள் பழுதடைந்து, மழுங்கி, குணங்கள் இழந்து போய்விடவில்லை என்பதற்கு இவை உதாரணங்கள். கலை இலக்கிய விஷயங்களிலும்

விருப்பு வெறுப்பு இருக்கத்தான் இருக்கின்றன. ஒருக்கால் துல்லியமான ரசபேதம் இல்லாமல் இருக்கலாம். அல்வா அளவு இட்லியும் பிடிக்கலாம், ஒருக்கால். இருந்தாலும் பரமன் இவருக்கு மனிதப் பிறவியை அளித்துவிட்ட காரணத்தினாலேயே இவரால் வைக்கோலைக் கடிக்க முடியாது. இவருடைய அபிப்பிராயங்கள், இலக்கியத் தேர்வுகள் அநேகம் இவருடைய மனையாட்டிக்குத் தெரியும். அம்மாளிடம் பேசுகிறபோது பட்பட்டென்று நொறுக்கி வாங்கி விடுகிறார். வாசல்கதவு திறக்கப்பட்டு சூரியோதயமும் ஆகிவிட்டால் வழவழா பழையபடி வந்து தொற்றிக்கொண்டுவிடும். அப்புறம் இவரிடமிருந்து லேசில் எதையும் பிடுங்கிவிட முடியாது. அல்வாவோடு கொஞ்சம் வைக்கோலையும் வைக்கோலோடு கொஞ்சம் கொள்ளையும் மெல்ல ஆரம்பித்துவிடுவார்.

மிகவும் நல்லவர் இவர். அபிப்பிராயங்கள் உண்டு. உண்மை யுணர்ச்சியும் உண்டு. அதைக் கூடுமானவரையிலும் காப்பாற்றிக் கொண்டு வரவேண்டும் என்ற விருப்பமும் உண்டு. இருந்தாலும் ஒரு பயம். என்ன ஆகுமோ ஏதாகுமோ என்று இனந்தெரியாத ஒரு பீதி. ஒரு பக்கம் பயமும் ஒரு பக்கம் உண்மையுணர்ச்சியும் இவரைப் பாடாய்ப் படுத்துகின்றன.

உயிர்த்தரிப்பின் நிர்ப்பந்தம் உயிருக்கெல்லாம் ஆதாரமாக உள்ளது. மனித வளர்ச்சியில் அது ஆற்றியுள்ள பங்கு பெரிது. அந்த அடிப்படை உந்துதல் எவ்வளவோ அவஸ்தைப்பட்ட பின்பு இவருக்குக் கண்டுபிடித்துச் சொல்லிக் கொடுத்த உபாயமே சர்வ சமரசவாதம் என்பது. மிகவும் நல்லவர் இவர்.

இறைவன் இவருக்கு எல்லாவித சௌபாக்கியங்களும் அளிக்க வேண்டும் என்று பிரார்த்திப்போமாக!

டி.கே.சி.யைப் பற்றித்தான் சொல்ல வந்தேன். வேஷ்டியின் வெண்மையை விவரிப்பதைவிடக் கரும்பலகையின் மையத்தில் அதைப் பொருத்திவிட்டால் வேலை சுருக்கு என்ற எண்ணம். நேற்று நிலவி வருவதும் இன்று இன்னும் தரக்குறைவாகவும் திட்டவட்டமாகவும் நிலவி வருவதுமான ஒரு கலாச்சார இலக்கியப் பின்னணியில் டி.கே.சி.யின் உருவத்தைப் பொருத்தி அவருடைய கலைநோக்கையும் அது வெளிப்பட ஆதாரமாகச் செயல்பட்ட குணங்களையும் கண்டு சொல்வதே இங்கு நோக்கம். இலக்கிய விமர்சனம் தமிழில் உருவாவதற்கே அவசியமான குணங்கள் அவை.

என் பார்வைக்கு விசேஷமாகப்பட்டவை டி.கே.சி.யின் தைரியம், உண்மையுணர்ச்சி, ரசனை, கவிதை இலக்கியத்தில் ஒரு தேர்வுக்கான ரசனையின் பிரயோகம் ஆகியவையே. இவற்றை இங்குச் சுருக்கமாக ஆராய்ந்து பார்க்கலாம்.

இலக்கியத் துறையில் நேர்முகமாக அபிப்பிராயம் கூற வருகிறவன் சிறந்த அறிவாளியாக இருந்தாலும் சரி, கூரிய பார்வை படைத்தவனாக இருந்தாலும் சரி, கோழையாக இருந்தான் என்றால் அவன் எழுத்தில் தெளிவைக் காண முடியாது. எல்லோருக்கும் பொதுவான உண்மை ஒன்றில்லை. காலத்துக்குக் காலம் நபருக்கு நபர் உண்மை வேறுபடுகிறது. ஒருவனுக்கே ஒரு சந்தர்ப்பத்தில் தெளிந்த உண்மை மற்றொரு சந்தர்ப்பத்தில் பொய்த்துவிடுகிறது. இலக்கியத் துறையில் ஒருவன் தனக்கு உண்மை என்று பட்டு விட்டதைச் சொல்ல முற்படுகிறபோது அந்தக் கருத்தோடு மோதுபவர்கள் மாறுபட்ட கோணங்களால் வேறுபட்ட முடிவுகளை வந்தடையலாம். தவிர்க்க முடியாததும் தவிர்க்கக் கூடாததுமான காரியம் அது. உண்மை விமர்சகன் தன் மனச்சாட்சிக்கு ஊழியம் செய்ய வருகிறான். இரண்டு எஜமானர் களுக்கு ஊழியம் செய்ய முடியாது என்பதும் அவனுக்குத் தெரிந்திருக்கும்.

டி.கே.சி.யின் எழுத்தில் ஒரு முப்பது பக்கங்களைப் படித்துப் பார்க்கிறவனுக்குக் காலம், இடம், இலக்கியச் சூழ்நிலையின் பொதுவான தன்மை இவற்றை அவர் புறக்கணித்துவிட்டு, தன் அந்தரங்கத்துக்கே செவிசாய்த்துக் குரல் கொடுக்கும் தைரியம் புலப்படும். பலர் இன்றும் வெளியே சொல்லக் கூசும் கருத்துகள் அவை. பலாபலன்களைப் பற்றிச் சிறிதும் கவலை கொள்ளாத தைரியம் தெள்ளத்தெளிவாகவும் பட்டவர்த்தனமாகவும் பேசுகிறது. அவருடைய கருத்துகள் ஏற்றுக்கொள்ள முடியாதபடி இருக்கலாம். அப்போதும் எந்த இடத்திலும் அது புரியாமல் இருக்காது. இதனால் ஏற்படும் லாபம் என்னவென்று கேட்டால் ஒரு இலக்கிய மாணவன் அவரைப் பரிசீலனைக்கு உள்ளாக்க முடியும் என்பதுதான். அவரை விமர்சிப்பதற்கு அவசியமான ஆதாரங்களை அவர் நமக்கு அளித்திருக்கிறார். இலக்கியத் துறையில் அறிவின் நேர்மையைப் பாதுகாக்க தைரியம் கொண்ட கலைஞனாலேயே இது முடியும்.

ஆத்மா இல்லாத ரசனை மேல்மட்டத்தில் தேங்கிக் கிடக்கும். போலிக்கும் உண்மைக்குமாய் ஊஞ்சலாடும். மயக்கம், சஞ்சலம், ஓயாத சந்தேகம் அதன் கூறுகள். ரசனையின் விளிம்பு இங்குத் துல்லியப் பட்டிராது. கும்பலின் கூச்சல் அதைப் பாதிக்கும். மனச்சாட்சிக் குரலைப் புறவுலக முடிவுகளோடு ஒப்பிட்டு முன்னதை ஏற்கவோ இரண்டுக்கும் பாதகமில்லையென்று மயங்கும் சமரசங்களுக்குச் சரியவோ செய்யும். இங்கு முடிவு களுக்குப் பொதுவான அடிப்படை காணக் கிடைக்காது. தர நிர்ணயங்கள் ஏறுக்கு மாறாகவும் முரண்பாடு கொண்டனவாகவும் அமையும்.

டி.கே.சி.யின் ரசனையை அவர் எழுதியுள்ள சில கட்டுரைகள் மூலமாக முற்றிலும் உணர்ந்துகொள்வது சாத்தியமல்ல என்று அவருடன் நெருங்கிப் பழகிய நண்பர்கள் சொல்லக் கேட்டிருக்கிறேன். இதிலும் நியாயம் உண்டு. ஏனெனில் டி.கே.சி. ஒரு எழுத்தாளர் அல்லர். எழுதுவதில் அவருக்கு நம்பிக்கையோ ஆசையோ இருந்ததில்லை என்றும் தெரிகிறது. அச்சு யந்திரத்தின் ஆதிக்கம் அவரையும் விட்டு வைக்காமல் சில வரிகளைப் பிடுங்கிக்கொண்டதின் விளைவே கட்டுரைகள். விஞ்ஞான நோக்கில் அவருக்குச் சிறிதும் நம்பிக்கையில்லை. பிரமாணங்களைவிடவும் ரசனையின் உள்ளுணர்வையே அவர் பெரிதும் மதித்திருப்பதாகப்படுகிறது. இதனால் அழுத்தமான முடிவுகளைப் பார்க்கிறோமே தவிர முடிவுகளுக்கு வந்து சேர்ந்த நீண்ட யாத்திரையின் விவரம் எழுத்து வடிவம் பெறவில்லை. பெரும்பாலும் விஷயங்களை எடுத்து விரிவாக ஆராய அக்கறை கொள்ளாது ரசிகனின் சீரண சக்திக்கேற்ப முடிவுகளையே பக்குவமாகச் சமைத்துக் கொடுக்கிறார். ஒரு ரசிகர் தனது தேவைக்கு வகுத்துக்கொண்ட வழியாகும் இது. காவிய அனுபவத்தை ரசிகனின் உள்ளத்தில் பாய்ச்ச அவசியமான தயாரிப்புகளில் மட்டுமே அவருக்கு அக்கறை. விமர்சகனின் ஜரிகைக் குல்லாயை மாட்டிக்கொள்ளும் உத்தேசம் அவருக்கு இல்லை.

இதனால் ஏற்பட்ட விளைவு என்னவெனில் அவருடைய கலை அம்சம் ரசிகர்களின் இதயங்களுக்கு எட்டிய அளவின் ஒரு பகுதிகூட நம் கைக்கு வந்து சேரவில்லை என்பதுதான். அவருடன் நெருக்கமான சகவாசம் கொண்டிருந்தவர்கள் எவரும் அவருடைய ஆளுமையின் முழு வீச்சைத் துலக்கும் நூல் ஒன்றையும் நமக்குத் தரக் காணோம். இந்நிலையில் அவருடைய ரசனையை மதிப்பிட மற்றொரு மார்க்கம் அவரால் தேர்ந்தெடுக்கப்பட்டதும் புறக்கணிக்கப்பட்டதுமான பாடல் களை ஒப்புநோக்கிக் குணங்களின் வேற்றுமையை ஆராய்ந்து அவருடைய ரசனையின் பொதுத் தன்மையை மதிப்பிடுவதே. மிகவும் சிரமமான காரியம் இது. கவிதையில் விசேஷ ஈடுபாடும் ரசனையுமுள்ள இதயமே இதைச் சாதிக்க முடியும்.

அவருடைய எழுத்தை வைத்து அவரை மதிப்பிடுவது அங்கத்தைக் கண்டு ஆகிருதியை மதிப்பிடுவது போலாகும் என்றாலும் அவரைப் பற்றிய கற்பனைகள் இல்லாத ஒரு இதயத்துக்கு எழுத்து மூலமே அவருடைய முக விலாசம் காண வாய்ப்பிருக்கிறது. ஒரு ரசமான மனசின் கும்மாளத்தை நெடுகிலும் பார்க்கலாம். தன்னோடு பிறரையும் ஆனந்தத்துக்கு ஆசைகாட்டி அழைக்கும் மனசு அது. இயற்கையான ஹாஸ்ய பாவம் கொண்ட மனசு. நளினமான வக்கணை, கேலியும் கிண்டலுமாக விரியும்

மனசு. ஒரு சிறு கடிதத்தில்கூட கும்பலில் தனியாகத் தெரியும் முகம் நிழலாடும். சமரசத்தை மறுக்கும் நம்பிக்கையின் ஆணவத்தையும் மயக்கமின்றி முடிவுகளை வற்புறுத்திக் கூறும் மனோபாவத்தையும் ஒரு போலி முகத்தைச் சர்ரென்று கிழித்து அம்பலப்படுத்திவிடும் துணிச்சலையும் காணலாம். எடுத்த எடுப்பிலேயே விரல்கள் கலையின் ஆதார சுருதியில்தான் படியும். உண்மை இயற்கையாய் வருவதால் அதற்கு முன் தொகையறா கிடையாது. பின்னால் பாதகமான அம்சம் ஒன்றைச் சொல்லப் போகிறோம் என்பதனால் எதிராளியின் சாதகமான அம்சங்களில் ஆரம்பிக்கும் சர்வ ஆபாசமான போர்த் தந்திரம் கிடையாது. செய்யுளின் ஸ்தூல வடிவத்தில் ரசனைக்குப் புறம்பான அசட்டுக் காதல், அற்பக் காதல், மூட பக்தி கிடையாது. தொன்மை காரணமாக அனுதாபம் பிறக்காது. அலங்காரத்தை அழகு என்று எண்ணும் மயக்கத்தையும் காண முடியாது. பொருள் நயத்திற்குச் சலுகை அளிக்காது. ரசனையின் கூரான பார்வையினால் 'இழக்க' நேருவதை எண்ணி அசட்டு உருக்கம் கொள்ளாது. காயலான் கடையையும் கொலுத்தட்டையும் இணைத்துப் பார்த்து ஆனந்திக்கும் மனோபாவம் இல்லை.

ரசனையின் விவேகமான அம்சம் ஒன்றுண்டு. பெரிதும் அது மூல சிருஷ்டியை மட்டுமே சார்ந்து நிற்கும். சிருஷ்டி, மனசில் துலங்குவதற்கு சிருஷ்டிக்குள் சரணாகதி அடைவதே உத்தமம் என அது எண்ணும். புற உபகரணங்களை அது ஏறிட்டுப் பார்க்காது என்பது இல்லை. அவ்வளவாக அதில் நம்பிக்கை கொள்ளாது. சிருஷ்டியை விளக்க, எளிமை செய்ய, பக்குவப்படுத்த இலக்கியத் தரகர்களை அணுகினால், கலை விளக்கம் பெறுகிற அளவு மாசும் படியும். குறுக்கே வந்து சேர்கிறவனின் பார்வை என்ற மாசு அது. காவியத்தின் ஆனந்தத்தை ரசிகனின் இதயத்தில் பாய்ச்ச வருபவன் குணங்களில்லாத மீடியமாகச் செயல்பட வேண்டும். குணங்களில்லாதவனோ இதைச் சாதிக்கவும் முடியாது. கவிதையை ரசிகன் அனுபவிப்பதற்கு அவசியமான சூழ்நிலையை மட்டும் உருவாக்கிவிட்டு ரசிகனோடு தானும் ஒன்றிக் கவி இதயத்தில் கரைந்து போவதே அனுபவ சாத்தியமான வழி. இதற்கு அபூர்வமான ரசனை வேண்டும். ரசனையிருந்தால்தான் தக்க தருணத்தில் விலக மனசு வரும். இதற்கு எளிமையான புத்தியும் வேண்டும். கவிஞனின் சன்னிதானத்தில் தன்னை அற்பத் துரும்பாக எண்ணிக்கொள்ளும் அடக்கம் வேண்டும். தன்னகங்காரம் கலந்த புலமை கொப்பளித்து மேலே வரத்தான் செய்யும். கவிஞன் பிரசன்னமாவதற்கு முன் கரகோஷங்களை அள்ளிக்கொண்டு போய்விட வேண்டும் என்ற நப்பாசை தோன்றத்தான் செய்யும். இந்த வாசனையின் விபரீதம்

கடைசிவரையிலும் கவிஞன் முகத்தைக் காட்டாமல் அடித்து விடுவதே; தன்னுடைய அற்ப பவிஷுக்குக் கவிஞனை ஒரு கருவியாகப் பயன்படுத்திக்கொண்டு விடுவதே.

டி.கே.சி. வெண்ணெய் திரட்டுகிறபோது மத்தின் அரவமே கேட்கக் காணோம். தயிரிலிருந்து தானாகத் திரண்ட வெண்ணெய் நேராக நம் கைக்கு வந்துவிட்டது போல் ஒரு மயக்கம். இங்குக் கவிஞனுடன் ரசிகனும் பங்காளியாகி சந்தோஷமும் தன்னம்பிக்கையும் பெறுகிறான். காவியம் லேசு என்ற எண்ணம்கூட ஏற்படுகிறது. மேதாவிகள் பேச ஆரம்பித்தால் காவிய அனுபவம் கிடைக்காது என்பது மட்டுமல்ல, ரசிகனுக்குத் தாழ்வு மனப்பான்மையே ஏற்பட்டுவிடும். அவன் படிக்காத படிப்பையெல்லாம் சொல்லிச் சொல்லி இடித்துக் காட்டுவது போலவே இருக்கும். எடுத்த எடுப்பிலேயே கலைக் களஞ்சியத்தின் கனமான பிரதிகளை விட்டெறிய ஆரம்பித்துவிடுவார்கள். இலக்கிய விழாதோறும் இந்தக் கூத்துதான். 'இலக்கியம்' என்று புத்தக வியாபாரி அந்தஸ்து அளித்திருக்கும் சரக்குகளும் அநேகமாய் இவையே.

கம்பனைக் காட்ட வருகிறவர்கள் பொதுவாக விஷயச் சிறப்பை எடுத்துக்காட்டுவார்கள். சமூகப் பொருளாதாரக் கண்ணோட்டத்தின்படிக் கருத்துகளின் முற்போக்கு அம்சம் ஆராயப்படும். அவ்வப்போது தோன்றும் அரசியல் பிரச்சினைகளுக்கு எல்லாம் அவனிடத்தில் விடை கண்டுபிடிக்கப்படும். அவன் துணைகொண்டே எல்லைகளைக் காப்பாற்றிவிடலாம் என்றுகூட ஒருவர் துணிந்துவிட்டார். அரசியல்வாதிகள் கட்சியின் அங்கத்தினர் சீட்டு ஒன்று அளிக்க அவனுடைய யோக்கியதாம்சங்களை ஆராய்கிறார்கள். தங்கள் அளவில் மாறுபட்ட கொள்கைகள் கொண்டிருந்தும்கூட சாதகமான முடிவுக்கே வந்து சேர்கிறார்கள். ஒருவர்கூட 'லாயக்கு இல்லை' என்று முடிவுக்கு வந்தார் இல்லை. முடிவு ஏற்கனவே தீர்மானிக்கப்பட்டுவிட்டது அல்லவா? அதிலிருந்துதானே ஆராய்ச்சியே ஆரம்பமாகிறது. கம்பனுடைய லீலை பெரிய லீலை. அவனும் ஆளுக்கு ஒரு முகத்தைக் காட்டிக்கொண்டு எல்லோரையும் 'டபாய்'த்துக்கொண்டிருக்கிறான்.

கருத்துகளை ஆராயக் காவியம்தான் வேண்டும் என்பதில்லை; கம்பராமாயண வசனமே போதும். கவிதைக் கலையினால் மட்டும் சாத்தியமாகிற அம்சங்களை அனுபவிக்க முடியாதவர்களே விஷய மட்டத்துக்கு இறங்கிவிடுகிறார்கள். கவிதையின் லோகாயத நிலை ஒன்றுதான் அவர்களால் வாங்கிக் கொள்ள முடிகிறது.

டி.கே.சி. சொல்கிறார்:

எல்லாவற்றிலும் முக்கியமான விஷயம் ஒன்று. கம்பருடைய கவிகளைக் கற்க முன்வரும்போது விஷயம் எவ்வளவோ உயர்ந்ததாய் இருக்கும்; அருமையாய் இருக்கும். அவைகளை அனுபவிக்க வேண்டியதுதான். 'கம்பர் கல்வியில் பெரியவர்' அல்லவா – ஆனாலும் விஷயத்தைவிட, அந்த விஷயத்தை எடுத்துச் சொல்லும் முறைதான் முக்கியமானது. சொல்லும் முறை என்றால் செய்யுளில் உண்டாகும் பாவ உருவந்தான். விஷயத்தி லுள்ள உணர்ச்சி விம்மியே செய்யுளுக்கு பாவ உருவம் கொடுக்கிறது. அப்படிக் கொடுத்து வந்த செய்யுளே கவி (கம்பர் தரும் ராமாயணம் – முகவுரை).

இதே கருத்தை எழுத்தில் பல இடங்களில் அவர் வற்புறுத்தி யிருக்கிறார். கவிதைக் கலை சம்பந்தமான அவருடைய கொள்கையை ஆமோதிப்பதற்கு அல்ல, உருவத்துக்குக் கிடைத்த நியாயமான அழுத்தத்தைக் காட்டுவதே உத்தேசம்.

இதனால் டி.கே.சி., கம்பனைப் பற்றிப் பேசுகிறபோது கருத்தைப் பற்றி அல்ல, காவியத்தைப் பற்றியே பேசுகிறார். வசனத்துக்கு எட்டுகிற எந்த அம்சத்தையும் காவியத்தின் சாதனைக்கு உதாரணம் ஆக்குவதில்லை. இதனால் காவிய அனுபவத்தின்பால் ரசிகனுடைய பார்வையையும் அவரால் திருப்ப முடிந்திருக்கிறது.

தமிழின் தொன்மை இரண்டாயிரம் வருஷம் என்கிறார்கள். நாலாயிரம் ஐயாயிரமாகக் கணக்குப் போடுகிறவர்களும் உண்டு. இந்த நீண்டகாலப் பகுதியில் எத்தனை ஆசிரியர் என்ன என்ன எழுதினார்கள் என்பதை யாரால்தான் கணக்கெடுக்க முடியும்? அச்சு யந்திரம் தோன்றிய பின், புத்தகச் சேமிப்புக்கான வசதிகள் பெருகிய பின், அச்சுத் தாள்களை ஒன்றுவிடாமல் பாதுகாக்க வேண்டும் என்ற சமூகக் கடனும் உருவான பின், ஒரு புத்தகம் வாசகர்கள் உலகில் செத்தாலும் அதன் எலும்புக்கூடுகள் அலமாரிகளில் பாதுகாக்கப் பட்டுவிடும். முன்போ இப்போதைவிடவும் ஒரு நூல் நிரந்தரமாக அழிந்துபோக அதிக வாய்ப்பிருந்தது. ஒரு சிருஷ்டியை ரசிகர்கள் விசேஷ அக்கறையோடு காப்பாற்றினால்தான் உண்டு என்ற நிலையில், மட்டமான செய்யுள்கள் லட்சக்கணக்கில் அழிந்து போயிருக்க வேண்டும். இது மிகவும் நல்ல விஷயம். அப்படி இருந்தும் தரக்குறைவான உருப்படிகள் எப்படி இந்த நீண்ட காலப் பகுதியைத் தாண்டி நம்மை வந்து எட்டிவிட்டன என்று யோசிக்கும்போது காலத்தின் விமர்சனத் திறமையிலேயே சந்தேகம் கொள்ள நேர்கிறது. ரசனையுள்ளவன், கையில் அகப்பட்ட ஏட்டைச்

சுண்டிப் பார்த்துவிடுவான். தோதுப் படாததை அதிக நாள் சுமந்துகொண்டிருக்கவும் மாட்டான். ரசனையற்றவனின் மூடபக்தி, சிருஷ்டியை ஆராய அக்கறை கொள்ளாமல் அதன் ஸ்தூல வடிவத்தை அடுத்த தலைமுறையினருக்கு அளிக்கிறது. ஏடுகள் பக்தி காரணமாகப் பாதுகாக்கப்படும். பழமையைப் போற்றும் மனோபாவம் அதேபோல் இன்றும் பொதி சுமக்கும் புத்தியை வளர விட்டுக்கொண்டிருக்கிறது. முன்னாளில் பிறந்த சாதாரணத்துக்குப் பழமையின் புனிதமும் தற்கால வசன சாதனைகளுக்குப் புறக்கணிப்பும் கிட்டுவது மூடபக்தியின் விளைவே. கால தேச வர்த்தமானங்களை உணராமல் பழைய மரபுகளை, ஜீவன் துறந்து நிற்கும் அதன் பொக்கான அம்சங்களை வற்புறுத்தி வருவது புதிய கலை சிருஷ்டிகள் தோன்றுவதற்குக் குந்தகமாக இருக்கிறது. பொதி சுமந்து கூன் விழுந்துவிட்ட நாம் சிருஷ்டிக்கான சுதந்திரத்தைப் பயன்படுத்திக்கொள்ளத் தெரியாதவர்கள் ஆகிவிட்டோம்.

பண்டை இலக்கியம் சம்பந்தமாக நம்முடைய மனோபாவத்தை மாற்றவும் கலை நோக்கோடு அதைப் பார்க்கவும் வற்புறுத்தி வந்தது டி.கே.சி.யின் சாதனை என்றே சொல்ல வேண்டும். இதை அவர் பிரக்ஞைபூர்வமாகச் செய்து வந்திருக்கிறார் என்பது தெளிவு. அவரே இதைச் சொல்லட்டும்:

> ‘இனி தொன்மையைப் பற்றிப் பேசலாம். பழைய காரியங்கள் சிலவற்றை ரொம்பவும் மதிக்கிறோம் என்றால் ஏதோ பழையது என்ற பண்பு பற்றியல்ல. பழைய காலத்தில் உயிர் இருக்கும், பிரயோசனம் இருக்கும் என்ற நம்பிக்கை பற்றித்தான்....
>
> ‘ஆயிரம் வருஷமாக வளர்ந்துவந்த மரத்தை மதிக்கிறோம் என்றால் அதில் உயிர் இருக்க வேண்டும். பட்டுப்போன மரத்தை ஆயிரம் வருஷத்தியது என்று கொத்திக்கொடுத்து நீர் வார்த்துக் கொண்டிருக்க முடியாது. சந்தனம் புஷ்பம் எல்லாம் போட்டு வழிபாடு செய்ய முடியாது. கோடாரிக்காரனை ஏவிவிட வேண்டியதுதான். அல்லாத பக்ஷம் கறையானும் உளுவானும் குடியிருந்துகொண்டு, பக்கத்து மரங்களுக்கும் நோய் உண்டு பண்ணிக் கொண்டிருக்கும். எப்படியும் மரம் புதிதாக அந்த இடத்தில் உண்டாகாது. நம்முடைய சமுதாய வாழ்க்கையிலே பட்டுப்போன மரங்கள் பழையன என்ற காரணத்தாலேயே வட்டம் போட்டு இடத்தை அடைத்துக் கொண்டிருக்கின்றன. கலைத் துறைகளைப் பார்த்தால் ஒரே காடு; பட்டுப்போன மரங்கள் அடர்ந்த காடுதான்.

‘நம்முடைய வாழ்க்கையையும் பண்பாட்டையும் அடிக்கடி ‘ஜடுதி’ பார்க்க வேண்டும். பழைய காரியங்கள் உயிரற்றனவாய் நின்று இடையூறு செய்கின்றனவா என்று பார்க்க வேண்டும். வேண்டாதவைகளைக் களைந்தெறியக் கூசக்கூடாது. அப்போது தான் வாழ்க்கை வளம் பெறும். வாழ்க்கையில் வேறு எந்தத் துறையில் பேரம் பண்ணிக்கொண்டிருந்தாலும் கலை இலக்கியம் சம்பந்தமாகப் பேரம் பண்ணவே கூடாது.

‘சமீபகாலம் வரையிலும் கலைப் பரிவர்த்தனைக்கும் கருத்துப் பரிவர்த்தனைக்கும் செய்யுள் வடிவம் பொது. தத்துவம், வைத்தியம், ஜோஸ்யம், தச்சுக் கலைப் பிரமாணம், மனை சாஸ்திரம் எல்லாம் செய்யுள் வடிவம்தான். உலக இலக்கியத் திலும் வான சாஸ்திரத்திலிருந்து நாவல்கள்வரை செய்யுள் வடிவம் பெற்று வெளியாகியிருக்கின்றன.

‘தமிழ் இலக்கியத்தில் செய்யுள் வடிவப் பிறவிகள் அனைத்தும் இலக்கியம் என்ற மயக்கம் நிலவுவதை இன்றும் காணலாம். ‘மோட்டார் மெக்கானிஸம்’ பற்றி வசனத்தில் எழுதப்பட்ட புத்தகம் இலக்கியம் அல்ல என்பது எந்த அளவுக்குத் தெளிவோ அந்த அளவுக்குத் தெளிவு பெறவில்லை செய்யுள் வடிவம் பெற்றுவிட்ட தத்துவம், இலக்கியம் அல்ல என்பது. தத்துவத்தைச் செய்யுள் வடிவத்தில் தருகிறவன் தத்துவாசிரியனே தவிர கவிஞன் அல்ல.’

செய்யுள்களிலிருந்து கவிதைகளைப் பொறுக்கும் காரியத்தை டி.கே.சி. செய்திருக்கிறார். அந்த அளவுக்கு வேறு யாரும் இதைச் செய்யவில்லை என்பதும் தெளிவு. இன்று கந்தர கூளத்தில் சில சிருஷ்டிகள் தூக்கலாகத் தெரிவதற்கு அவரே காரணம். ரசனையின் பிரயோகத்தால் தேர்ந்தெடுக்கப்பட்ட கவிதைகளின் திரட்டுப் புத்தகம் உருவம் பெறாதது அவருடைய தேர்வுகளைத் துல்லியமாக நாம் தெரிந்துகொள்ளத் தடையாக இருக்கிறது. எனினும் இத்தேர்வுக்கான முயற்சியை ஏற்படுத்திக்கொண்ட முதல்வர் அவரே. இதுபோல் பல்வேறு பார்வைகளில் பல்வேறு திரட்டுகள் தோன்றித் தமிழ் இலக்கியம் சுத்தப்படுகிறபோதுதான் இன்றைய உள்ளங்களுக்கு அது பயன்தரக் கூடியதாய் அமையும்.

எதிர்காலத்தில் பண்டைத் தமிழ் இலக்கியத்தில் கலையைத் தேடும் மாணவன், அவருடைய பல்வேறு முடிவுகளில் அபிப்பிராய வித்தியாசம் கொள்ள நேர்ந்தாலும் மேலே எடுத்துக்காட்டிய பணி ஒன்றிற்காகவே அவர் அவன் மனத்தில் உரிய அந்தஸ்தையும் கௌரவத்தையும் பெறுவார் என்று நம்பலாம்.

(1964)

1

சரஸ்வதி அல்லது மனோதத்துவம்

உண்மை ஒன்றைக் கண்டுகொள்ளுவதில் மக்கள் எல்லோருக்கும் ஒரு திருப்தி. சிறு பிள்ளைகளானாலும் சரி, வயோதிகரானாலும் சரி, சூரிய கிரகணம் பத்து நாழிகைக்கு ஆரம்பிக்கும் என்றால், ஒன்பதரை மணிக்கே முற்றத்திலும் தெருவிலும் வந்து அண்ணாந்து பார்க்க ஆரம்பித்து விடுவார்கள். கிரகணம் தீண்டிவிட்டதா தீண்டி விட்டதா என்ற கேள்வி எங்கே பார்த்தாலும் எழும்.

கிரகணம் பிடிக்க ஆரம்பித்தவுடன் ஐந்து வயதுப் பேரன் அறுபது வயதுப் பாட்டனுக்குச் சுட்டிக் காட்டுகிறான். அப்படியே மாறிப் பாட்டன் பேரனுக்குக் காட்டிப் பரவசமாகிறான். பெண்டுகள் தாளிதத்தையே விட்டுவிட்டு முற்றத்துக்கு ஓடிவந்து அண்ணாந்து பார்க்கிறார்கள். அடுத்த வீட்டு அக்காளையும் பாட்டியையும் உரக்கக் கூப்பிட்டுப் பார்க்கச் சொல்லுகிறார்கள். அவர்களும் அண்ணாந்து பார்த்துக் கன்னத்தில் கைவைத்த வண்ணமாய் அதிசயித்து நிற்கிறார்கள். இவையெல்லாம் உண்மை ஒன்றைக் கண்டுகொள்ளுவதில் உண்டாகும் உவகையிலிருந்து நிகழ்கின்றன.

இப்படி உண்டாகிற சமுதாய உணர்ச்சியிலும் உத்ஸாகத்திலும் இருந்துதான் சூரிய கிரகணத்தையே விழாவாக ஏற்படுத்தி ஆயிரக்கணக்கான வருஷங் களாகக் கொண்டாடி வந்திருக்கிறார்கள்.

சூரியன் தெற்கோரத்திலிருந்து வடக்கு முகமாகச் செல்ல ஆரம்பிக்கும் முறைமையைக்

கண்டு அனுபவித்துச் சங்கராந்திக் கொண்டாட்டம் ஏற்பட்டது. அப்படியே, ஆடி மாதம் காவேரிக்கரையெல்லாம் பதினெட்டாம் பெருக்கின் விழாக் கொண்டாட்டம்.

ஆகவே, இயற்கையில் நிகழும் நிகழ்ச்சிகளில்ப் பதுங்கிக் கிடக்கும் உண்மையைக் கண்டுகொண்ட மாத்திரத்தில் மக்களுக்கு மனம் பூரிக்கிறது. இந்தப் பூரிப்பைச் சிறு குழந்தைகளுக்குக்கூட ஊட்டிவிடலாம். அது மக்கள் சுபாவத்திலேயே அமைந்து கிடக்கிற தத்துவம்.

ஆனால், சூரிய கிரகணத்தின் உண்மையைப் பார்க்கச் செய்கிறதும் அதை நம்மோடு ஒத்து அனுபவிக்கச் செய்கிறதும் மக்கள் ஒழிந்த மற்றப் பிராணிகளிடத்தில் முடியாத காரியம். எந்த மாட்டு மந்தையாவது அண்ணாந்து பார்க்குமா? அண்ணாந்து பார்க்கத்தான் அதைச் செய்யமுடியுமா? நம்மைக் கண்டதும் வாலையாட்டிக் கும்மாளி போடுகிற நம்முடைய உயிர்த்தோழன் என்று சொல்லக்கூடிய நாய்க்குக்கூட நம்மோடு ஒத்துச் சூரிய கிரகணத்தைப் பார்க்கவும் பார்த்துக் களிக்கவும் முடியாது. சங்கராந்தியைப் பற்றியும் பதினெட்டாம் பெருக்கைப் பற்றியும் சொல்லவேண்டியதே இல்லை.

உடலமைப்பு, கை கால் முதலான அவயவ அமைப்பு, கண் மூக்கு காது முதலான இந்திரியங்களின் நுட்ப உணர்ச்சி – இவைகளில் அநேக பிராணிகள் நம்மைவிட எத்தனையோ மடங்கு சிறந்தனவாய்த்தான் இருக்கின்றன. புலியைப்போல் அழகான உடம்பு நமக்கு இல்லை; குரங்கைப்போல் எதையும் பற்றக்கூடிய காலில்லை; கழுகின் கண் இல்லை; நாயின் மோப்ப உணர்ச்சி இல்லை; முயலின் செவிப் புலனைப் பார்த்தால் நமக்கெல்லாம் 'தோட்டம் தூரந்தான்.'*

இதையெல்லாம் யோசிக்கும்போது, நாம் பிரம சிருஷ்டியில் மணிமகுடமாக விளங்குகிறோம் என்ற எண்ணம் போய்ச் சிறிது தலை கவிழும்படி ஏற்படுகிறது.

ஆயினும், இயற்கை தன் மடிக்குள் ஒளித்து வைத்திருக்கிற அதிசயங்களைக் கண்டுபிடிக்க முயல்வதிலும், கண்டுபிடிக்கிற திறத்திலும், கண்டுபிடித்தவுடன் உண்டாகும் ஆனந்தத்திலும், மனிதன் தனித்தே நிற்கிறான். இதோடு நிற்கவில்லை; அந்த ஆனந்தத்தை மற்ற மக்களுடன் கூடி அனுபவிப்பதிலும், தலைமுறை தலைமுறையாக மக்கட் சமுதாயம் அனுபவிக்கும்படியான

* 'மாட்டைப் பார்த்தீரா' என்று கேட்டதற்கு, காது கேளாதவன் 'தோட்டந் தூரம்' என்று பதில் சொன்னான். இதிலிருந்து வந்த திருநெல்வேலி வழக்கு 'தோட்டந் தூரம்' என்பது.

விழாக்கள் ஏற்படுத்துவதிலும், நூல்கள் எழுதிவைப்பதிலும் அப்படியே தனித்து நிற்கிறான். மற்ற ஜீவராசிகளெல்லாம் அவனை விட்டு எவ்வளவோ தூரத்தில் விலகி நிற்கின்றன. நான்முகனுக்குச் சிறந்த கிரீடம் நாமே என்று சொல்லிக்கொள்ளலாம். இதுபற்றியே மேல்நாட்டு நிபுணர் ஒருவர் சொன்னார்:

"பேரண்டத்திலுள்ள பொருள்களிலெல்லாம் சிறந்த பொருள் மனிதன். மனிதனிடத்தில் உள்ள பொருள்களிலெல்லாம் சிறந்தது மனசு."

இத்தகைய அதி அற்புதமான பொருள் – மனசு – எப்படி உற்பத்தியாயிற்று, ஏன் மற்ற ஜீவராசிகளிடத்துக் காணப்படுதல் இல்லை என்றெல்லாம் மக்களில்ச் சிலர் எண்ண ஆரம்பித்தனர். ஜடப்பொருளான நம் உடலுக்குள் மனசின் தத்துவங்கள் ஒன்றொன்றாக வளர்ந்து தெளிவடைந்து பிரகாசிப்பதை நோக்கும்போது, இருள் மயம் என்று சொல்லக்கூடிய தண்ணீர்த் தடாகத்திலிருந்து முளைத்து எழுந்து மலர்ந்த வெண் தாமரை மலர் ஞாபகத்துக்கு வருதல் இயல்பு. பல்லாயிரக் கணக்கான வருஷங்களுக்கு முன்பே ரஸிகர் ஒருவருக்கு இத்தகைய ஞாபகம் வந்தது. வெண்தாமரை ஒன்று பூப்பதில் எவ்வளவோ அற்புதம், எவ்வளவோ தெய்வீகத் தத்துவம். அப்படியே உள்ளுணர்வு முளைத்தெழுந்து வளர்ந்து பிரகாசிப்பதிலும் எவ்வளவோ அதிசயமும் தெய்வீகத் தத்துவமும் நிறைந்து கிடக்கின்றன. இத்தகைய கருத்துக்களிலிருந்து சரஸ்வதியென்ற தெய்வத்தை உள்ளத்தில்ப் பாவனை செய்யவும் அத்தெய்வத்தைச் சமரசப் படுத்தி அந்த வெண்தாமரை மலரின் மீதே ஏற்றி வைக்கவும் ஏற்பட்டது. நாளாவட்டத்தில் வெள்ளைக் கலையும் வெள்ளைப் பணியும் அவளுக்குக் கிடைத்தன.

இப்படிப் பிறந்த தெய்வ மகள் கலைமகள் என்றும், சரஸ்வதி என்றும், வாணி என்றும், பல பெயர் பூண்டு நம் நாட்டில் உலவுகிறாள். மேல்நாட்டிலும் 'ம்யூஸ்' என்ற பெயரோடு உலாவி வருகிறாள். இப்படிச் சரஸ்வதியாக உருவகப்படுத்தின ரஸிகனுடைய பாவனாசக்தியை உள்ளுணர்ந்து எண்ண எண்ண நமக்கு அதிசயம் எப்படிப் பொங்குகிறது!

~ ~

சரஸ்வதிக்கு இருப்பிடமாகிய கலைகள் அறுபத்து நாலு என்றார்கள். அறுபத்து நாலாயிரம் என்றாலும் பொருந்தும். வில்வித்தை ஒரு கலை; குதிரையைப் பற்றிய விசாரணை ஒரு கலை; சிற்பம் ஒரு கலை; நடனம் ஒரு கலை; சங்கீதம் ஒரு கலை; கவி ஒரு கலை; சமயமும் ஒரு கலைதான்.

தற்காலத்திலோ, வில்வித்தையோடு ஒத்து எண்ண வேண்டிய கலைகள் எத்தனையோ! பிள்ளைகள் விளையாடுகிற கோலி ஆட்டம் முதல் உலகம் முழுதுமே இமைகொட்டாது பத்திரிகைகள் மூலமாய்ப் பார்த்துக்கொண்டிருக்கிற 'கிரிக்கெட்' இறுதியாக உள்ள கலைகளைக் கணக்கிட்டு முடியாது. அப்படியே, பூர்வமாக வகுத்த கலை ஒவ்வொன்றும் எத்தனையோ பிரிவாகக் கிளைத்தோடி மக்கள் வாழ்க்கையை வளம்படச் செய்து வருகிறது.

அந்தக் கலைகளிலே எந்தத் துறையில் இறங்கி அனுபவிக்கத் தொடங்கினவர்கள் தான் இன்பத்தில் மூழ்கிப் போகாதவர்கள்! தென் துருவத்தின் கோடியைப் பார்க்கப் போவதில் ஷாக்கில்டனுக்கு இருந்த ஆர்வந்தான் என்ன! சக்திகளையும் சாதனங்களையும் கண்டுபிடிக்க எடிஸன் இராப் பகலாய் ஆராய்ந்ததுதான் என்ன! அவ்வாறே, சரித்திரத்திலும் கவியிலும் ஈடுபட்டு அவைகளோடு வெறிகொண்டு சிலர் கூத்தாடுவதுதான் என்ன! இந்த முயற்சிகளில் உடல் பொருள் ஆவியையே பொருட் படுத்தாதவர்கள் எத்தனைபேர்! அப்படியானால் இதிலெல்லாம் எத்தகைய பேரின்பம் இருக்க வேண்டும்! அவர்களது உள்ளந்தான் கலைமகள் நின்று களிநடம் புரிகிற கலியாண மண்டபம்.

சிலநாள்ப் பல்பிணி வசத்தராகிய நமக்கும் துன்பத்தை நீக்கிக் கொள்வதற்கு உபாயம் உண்டா? உண்டு. அதாவது: கலைமகள் கடாக்ஷம் பெற்ற மேதாவிகளின் அடிச்சுவட்டைப் பின்பற்றிக், கலைகளைப் பயின்று, அவைகளின் அதிசயங்களைக் கண்டும் நானாவித ரஸங்களைச் சுவைத்தும் இன்பத்தில் திளைப்பதுதான்.

மேலும், ஞாபகத்துக்கு எட்டாததோர் பண்டைக் காலந்தொட்டு நிலவுலகில் ஆங்காங்குப் பல தேசங்களில் சமயப் பரபரப்பு ஒன்று இருந்து வந்திருப்பதாகக் காண்கிறோம்.

நமக்குச் சாதாரணமாய்த் தோற்றுகிற பொருள் வடிவங்களும் அவைகளின் இயக்கங்களும் ஒரு தோற்றம். மற்றொரு தோற்றம், அவைகளின் இயல்பான உண்மையான தத்துவம். உதாரணமாக: நாம் செய்கிற செயலுக்கும் உணருகிற உணர்ச்சிக்கும் நாமே காரணமாய் இருப்பதாகக் காண்பது ஒரு பார்வை; நம்முடைய உணர்ச்சிக்கெல்லாம் பின்னாக இருக்கும் தனிப்பொருள் வேறு ஒன்று என்று உணர்ந்து கொள்வதுதான் மற்றொரு பார்வை. இந்த உணர்ச்சியை "மெய்யுணர்வு" என்றும் "பதிஞானம்" என்றும் சொல்லுவார்கள். இந்த உண்மையைக் கண்டுகொள்வதையே தனி நோக்கமாக உடையன சமயங்கள். இதுவே அறிவிலெல்லாம் அறிவு; உணர்விலெல்லாம் உணர்வு; இன்பத்திலெல்லாம் இன்பமான பேரின்பம்.

சாமான்யமாகக் கிட்டாத இத்தகைய பேரின்பத்தையும் மக்கள் அடையலாம். அதற்குச் சாதனம் அறிவைப் பின்பற்றிக் கலைகளை ஆராய்தலே. மிகவும் அற்பமான பூ ஒன்றின் தத்துவத்தை ஆராய்ந்தால்ப் போதும் என்பார் மேல்நாட்டுக் கவி டெனிஸன். நம்முடைய கவி திருவள்ளுவரோ 'எப்பொருள் எத்தன்மையாயினும், அப்பொருளின் உண்மைத் தத்துவத்தைக் காணப் புகுதல் போதும்' என்பார்.

ஆகவே கடவுள் தத்துவத்தை, அல்லது வீட்டை, அடைவதற்கு உடலை வருத்தியெல்லாம் செய்யும் ஹடயோக சாதனம், சாதனம் அல்ல. அறிவியல்க் கலைகளைக் கருவியாகக் கொண்டு நமது உள்ளத்தையே துருவி ஆராய்தல்தான் தக்க சாதனம், எளிய சாதனம் என்று வற்புறுத்திக் கூறுவார்கள் பெரியோர். அதாவது, சமய உணர்ச்சிக்கும் கலைமகளின் அருள் நோக்கம் வேண்டும் என்பார்கள்.

~ ~

இதுகாறும் சொல்லி வந்ததில்ப் பரந்தவாறாகக் கிடக்கும் உண்மைகளை நம்மவர் எடுத்துக்கூறும் முறை இன்னது என்று பின்வரும் கட்டளைக் கலித்துறை ஒருவாறு விளக்கும்.

மோக்ஷ பதவியானது, நமக்கு எவ்வளவோ தூரத்திலே, உட்புக முடியாதபடி இருப்பதாகத் தோற்றினாலும், அறிவியல்ப் பயிற்சியாகிய சாதனமானது வாசலைத் திறந்து வைத்துக்கொண்டு நம்மை வாவென்று அழைப்பதுபோல் இருக்கிறது என்பதை,

"சேயகம் ஆம்வீடு
புக்கிடு தற்குத்
திறந்துவைத் த
வாயகம் ஆவதும்"

என்று சொல்லுகிறது; பிறகு துன்பங்களில்ப் பட்டுத் தத்தளிக்கும் மக்களுக்கு அந்தச் சாதனமே அவர்கள் அமிழ்ந்து போகாதபடி தாங்கிக் காக்கவல்ல ஆதாரமாய் இருக்கிறது என்பதை,

"... துன்பக் கடற்பட்ட
மன்பதைக் குத்
தாயகம் ஆவதும்"

என்றும் கூறுகிறது. இனி, இவ்விரண்டு உண்மைகளையும் கண்டு அனுபவித்ததிலிருந்து பிறக்கும் அதிசய உவகையைக் கவி மரபின்படிக் கடைசியில் சொல்லி முடிக்கிறது:

"சேயகம் ஆம்வீடு
புக்கிடு தற்குத்
திறந்துவைத் த

வாயகம் ஆவதும்,
துன்பக் கடற்பட்ட
மன்பதைக் குத்

தாயகம் ஆவதும்,
பூதலம் பூத்த
தகைமலர்க் குள்

நாயகம் ஆவதும்,
கோதில் தவள
நளினம தே."*

இந்த விரிந்த பூவுலகத்தில் விசித்திரமான நிற பேதங்களோடும் உள்ளத்தை மயக்கத் தகுந்த திவ்ய பரிமளங்களோடும், நோக்க நோக்கவும், மோந்து பார்க்கப் பார்க்கவும் தெவிட்டாத புஷ்ப வகைகள் எத்தனை எத்தனையோ தான். ஆயினும் என்ன? கலைகளுக்கெல்லாம் உறைவிடமான, தண்மையும் நறுமணமும் தூய ஒளியும் படைத்துள்ள வெண்தாமரைக்குச் சமானம் ஆகுமா?

(1932)

~

---

* சரசுவதியந்தாதி 15வது செய்யுளைப் பார்க்க.

சேயகம்ஆம் வீடு – எட்டமுடியாத மோக்ஷம்; வாயகம் – வாசல்; கோது – குற்றம்; தவளம் – வெண்மை; நளினம் – தாமரை.

2

பூவின்மேல்ப் பிறந்த மோகம்

புஷ்பங்களில் நம்மவருக்கு எவ்வளவோ ஆசை; கையும் காலும் தாமரை மலர்; கண் நீலோற்பவம்; வாயோ குமுதம். சமயமே பூவோடு ஒன்றாய்க் கலந்துவிட்டது. சைவம் மணக்கும் என்பார்கள். நான்முகனையும் கலைமகளையும் திருமகளையும் கமலாசனத்தில் ஏற்றி வைப்பார்கள். பிள்ளை இல்லாது வருந்தினான் பர்வத ராஜன் என்றால், பார்வதி தேவியைத் தாமரை மலரிலிருந்து பிறக்கச் செய்து அவன் கையில் எடுத்துக் கொடுப்பார்கள்.

புஷ்பத்தின் மேலுள்ள இந்த ஆசைதான் ஊர் ஊராய் நந்தவன மானியம் ஏற்படுத்தியது. அரசர்களுடைய சிங்காரப் பூங்கா வனங்களையும் பரிபாலித்து வந்தது.

"இவ்வளவு பிரியம் எங்கே இருந்து வந்தது" என்ற கேள்வி எழக்கூடும். வண்டுகளுக்கும் நம்மைப்போல்ப் புஷ்பத்தில் பிரியம் இருக்கலாம். அதற்குக் காரணம் தேனை ஆகாரமாய்ப் பருகுவதி லிருந்து என்று எளிதில்ச் சொல்லிவிடலாம். நாம் தேனைப் பருகும்போது அது பூவிலிருந்து வந்தது என்ற ஞாபகம் சாதாரணமாய் வருவதில்லை. பட்டணவாசிகள் பலருக்கு 'சோடா வாட்டர்' மாதிரி தேனும் எந்திரத்தினால் செய்கிறது என்றுகூடத் தோற்றலாம். ஆனால், மலைவாசம் போய் வந்தவர்களுக்கு, ஓங்கி வளர்ந்த மரத்து உச்சிகளிலும் செங்குத்தான பாறைகளிலும் வண்டுகள் கட்டுகிற கூட்டில் இருந்துதான் தேன் எடுக்கிறது என்று நன்றாய்த் தெரியும். ஆயினும்,

பூவுக்கும் நமக்கும் இடையே வண்டு வந்து இரைச்சல்ப் போடுகிறதிலிருந்தும் கொடுக்கினால் கொட்டுகிறதிலிருந்தும் தேன் சம்பந்தமாக வண்டுதான் நினைவுக்கு வருகிறதே ஒழிய, பூ வருகிறதில்லை. ஆகையினால், மக்களுக்குப் பூவினிடத்திலுள்ள மோகம் தேனிலிருந்து வந்ததல்ல என்று முடிவு கட்டிவிடலாம்.

உள்ளத்தில் நிகழும் நிகழ்ச்சிகளைத் துருவி ஆராயும் உள்ளக்கலை வல்லார் (மனோதத்துவ நிபுணர்) அந்த மோகம் உண்டானதற்குப் பலவாறாகச் சொல்லிவரும் காரணங்களை எல்லாம் மறந்துவிட்டு, நம்முடைய தொல்லாசிரியர் ஒருவர் குறிப்பிடுகிறதில் ஏதேனும் ஆதாரம் இருக்கிறதா என்று பார்ப்போம்.

கவி நம்மைச் சிங்காரப் பூந்தோட்டம் ஒன்றை உற்றுநோக்கச் செய்கிறார். நேரம் சாயங்காலம்; பருவம் இளவேனில். மரங்களும் கொடிகளும் செடிகளும் புஷ்ப பாரத்தைத் தாங்க முடியாமல் தலை சாய்ந்து நிற்கின்றன. வளைந்து வளைந்து செல்லும் செந்நிறமான பாதைகளிலும் அயலில்க் கிடந்துள்ள பசும்புல்த் தரைகளிலும் உதிர்ந்த புஷ்பங்கள் நவரத்தின கசிதமாய்ச் சிதறிக் கிடக்கின்றன. நிலப்பூ கொடிப்பூ இப்படி இருக்க:

ஆங்காங்கு நெளிந்து நெளிந்து ஓடி அமைந்துள்ள தெளிந்த நீரோடைகளில்த் தாமரை, ஆம்பல் முதலான நீர்ப்பூ இனங்கள், தாமும் தம் நிழலுமாக மயங்கிக் கிடக்கின்றன. ஒன்றின்மேல் ஒன்று ஒருச்சாய்ந்து கிடப்பன போலவும், முகத்தோடு முகம் பொருந்திக் கிடப்பன போலவும், ‘இந்தா ஒரு முத்தம்’ என்று சொல்லிக் குனிவன போலவும் அமர்ந்து அந்த நீர்நிலைகளை அலங்கரிக்கின்றன.

இத்தகைய ஓடையின் அருகாக இளைஞன் ஒருவன் வருகிறான். ஓடையிலிருந்து சுகமான மணம் ஒன்று அவனுக்கு எட்டியது. நெருங்கிப் பார்க்கவும் ‘தேன் படிந்ததோ’ என்று சொல்லும்படியாகச் செக்கச்சிவந்த செங்கழுநீர்ப்பூ ஒன்று இதழ் விரித்து மலர்ந்து நின்றது. அதைச் சிறிது நேரம் நின்று பார்த்து அப்பால் சென்றான். கொஞ்ச தூரத்தில் முல்லை ஒன்று வளமாகக் கொடிவீசிக் கிடக்கக் கண்டு அங்கேபோனான். கொடிகளுக்குள் நுழைந்து பூவைக் கொய்யலாமா என்ற பாவனையாய்க் கையை நீட்டினான். அந்த வேளையில் இலைகளுக்குள் ஊடுருவிச் சலசல என்ற ஒலியோடு தென்றல் வந்தது. அந்த ஒலிக்கிடையே ஜில்ஜில் என்ற சதங்கை ஒலியும் வந்தது. திரும்பிப் பார்த்தான்.

நெடு நாளாக ஆசைக்கும் ஏக்கத்திற்கும் காரணமாய்த் தன் உள்ளத்திற் குடிகொண்டிருந்த பெண்ணணங்கு, ஓடையின்

அருகிலே, தான் சற்றுமுன் நின்ற இடத்திலேயே வந்து நின்றாள். பிறகு மெள்ளக் குனிந்து தன் மெல்லிய விரலால் செங்கழுநீர்ப் பூவைத் திருகிக் கொய்தாள். கொய்ததும், நிமிர்ந்து நின்று கைகளைத் தலைக்குப் பின்புறமாகக் கொண்டுபோய், தென்றல் குலைத்துவிட எத்தனித்த அளகபாரத்தை ஒரு கையால் இறுக முடிந்து, அதில் மற்றொரு கையால் செங்கழுநீர்ப் பூவை அப்படியே சொருகி விட்டாள்.

செங்கழுநீர்ப் புஷ்பத்தை விரலால் திருகிய செயலோடும் இரு கையுங் கொண்டு கூந்தலில் சொருகிய செயலோடும் கலந்துள்ள குழைவு, நெளிவு, அழகின் பெருமிதம் ஆகிய நயங்களை எடுத்துச் சொல்ல வேண்டியதில்லை. அச்செயல்களை இளைஞனாகிய காளை பார்த்துக்கொண்டிருந்தானென்றும் எவ்வாறாகப் பார்த்தானென்றும் கவி நமக்கு எடுத்துக் கூறுகிறார்.

தேன் தோய்ந்த சிவந்த கழுநீரும் என்று செங்கழுநீர்ப் புஷ்பத்தை முதலில் சொல்லிவிட்டுப் பிறகு அதனோடு வேறொரு பொருளை யும் ஒட்டிச் சேர்த்து விஷயத்தை முடிக்கிறார். அதாவது:

“முருகில்ச் சிவந்த கழுநீ ரும்
முதிரா இளைஞர் ஆருயி ரும்
திருகிச் செருகும் குழல்மட வீர்
செம்பொற் கபாடம் திறமி னோ.”*

செங்கழுநீர்ப்பூ, இளைஞனுடைய உயிர் ஆகிய இரண்டையும் ஒரே திருகாகத் திருகிக் கூந்தலுக்குள் அப்படியே சொருகிவிட்டாள் என்று கவி சொல்லும்போது இளைஞனது உள்ளத்தில் நிகழ்ந்த காதல் நிகழ்ச்சியைப் பளிங்கினுள் வைத்துப் பார்ப்பது போலக் கண்கூடாகப் பார்க்கிறோம். இது கவிகள் செய்யவல்ல அற்புதச் செயல்.

மேலும், இளைஞர் முதிரா இளைஞர் என்றும், அவர் உயிர் ஆருயிர் என்றும் அடைகொடுத்துச் சொல்லுவதில் எவ்வளவு காருண்ய ரஸம்! திருகி என்னும் சொல் நிற்கிற நிலையைப் பார்த்தால் அது செய்யும் அதிகாரத்தை அளவிட்டுச் சொல்லுதல் எளிதல்ல. குழல் மடவீர் என்று கூந்தலை விசேஷமாய்ச் சொல்லுவதால் அது உயிரைத் திருகிச் சொருகிவைப்பதான கொடுஞ் செயலுக்காகவே சிருஷ்டிக்கப்பட்டது போலும் என்ற எண்ணம் மனதில் உதிக்கிறது.

இத்தகைய காதல்க் காட்சி நாயகன் இதயத்தைவிட்டு எளிதில் அகலுதல் முடியாத காரியம். வாசலில் வந்து நின்று, அடைத்துள்ள கதவைத் திறக்கும்படி நாயகியை அழைக்கிற

---

* முருகில் – தேனைப்போல். கபாடம் – கதவு.

சமயங்களில், அக்காட்சி, கதவுக்கு அப்பால் நிற்கும் உருவத்தோடு கலந்து கலந்து உருவெளித் தோற்றமாய்த் தோற்றுவது இயல்பு.

கதவு திறந்தவுடன் அழகே உதயமாய் வந்ததுபோல நாயகி நிற்கும் கோலம் புலவர்கள் உள்ளத்தை வெறிகொள்ளச் செய்து வந்தது. இது காரணமாகத்தான், 'கடைதிறப்பு' என்னும் துறை ஒன்று வகுத்து, அதன் வாயிலாகக் காதல்க் கவி நயங்களைக் கொட்டிக்கொண்டிருக்க நேர்ந்தது.

நாம் ஆராயப் புகுந்தது, மக்களுக்கு – ஆண் பெண் ஆகிய இருபாலர்க்குமே – புஷ்பத்திலுள்ள ஆசை எப்படி ஆதியில் உண்டாயிற்று என்னும் விஷயம். மேலே எடுத்துக்காட்டிய கலிங்கத்துப் பரணிப் பாடலில் அமைந்து கிடக்கும் காதல்த் தத்துவத்தைக் கவனித்துப் பார்க்கும்போது, புஷ்பங்களிலுள்ள மோகம் காதலரது காதலில் இருந்தே பிறந்து வந்ததோ என்று எண்ண இடந்தருகிறது.

(ஏப்ரல் 1932)

~

3

அழகு தூண்டிய வீரம்

சிவபெருமான் சிரித்ததனால்த் திரிபுரத்தின் கற்கோட்டைகள் தகர்ந்து போய்விட்டன என்று புராணம் கூறும். அது நேர்ந்தது எப்படி என்பது நமக்குத் தெரியவில்லை.

ஆனால், ஒரு பெண் சிரித்தால், அதன் காரணமாக உலகம் அதோகதியாகப் போகக்கூடும் என்று சொல்லுவதில்க் கஷ்டம் இல்லை. மகாபாரத யுத்தம் எல்லாம், துரியோதனனைப் பார்த்துத் துரோபதை சிரித்து அதனால் வந்த விளைவுதானே?

ஹெலன் என்ற ஒரு பெண்ணின் காரணமாக ஐரோப்பாக் கண்டமும் ஆசியாக் கண்டமும் ஒன்றோடொன்று மோதின என்று தோன்றும்படி பெரு நெடும்போர் விளைந்ததாம். அதைப் பாடினார் மேல்நாட்டு இதிகாச கர்த்தா ஹோமர்.

மெல்லியலாள் ஒருத்தியின் பொருட்டு மகா யுத்தங்கள் நிகழும் என்று எடுத்துக் கூறுவதில் ஒரு ரஸம். மென்மை திண்மை ஆகிய இரண்டும் முரண்பட்டவைகளாய் இருந்தாலும், எப்படி அவை பரஸ்பரம் சார்ந்து கிடக்கின்றன என்ற உண்மையை ராமாயணமும் விளக்குகிறது. யுத்த காண்டத்தைக் குறித்தே மற்ற ஐந்து காண்டங்களும் நடக்கின்றன. சீதா தேவியைக் குறித்தது ராமாயண இதிகாசம் என்று சொல்லலாம். சீதாயனம் என்று அதற்குப் பெயரிட்டாலும் பொருந்தும்.

இந்த விஷயத்தைக் கம்பர் எப்படி நினைப்பூட்டுகிறார் என்று பார்ப்போம்.

ராமர் அவதரிக்கிறதும், நகரத்தை விட்டுக் காட்டுக்குச் செல்கிறதும், அரக்கர்களைக் கொன்று அதர்மத்தை நீக்கி தர்மத்தை நிலை நாட்டுவதற்கே என்று அலங்காரமாகப் பல பல கட்டங்களில் குறிப்பாகவும் வெளிப்படையாகவும் கவி சொல்லி வருகிறார். என்றாலும், அதற்கு வேண்டிய சக்தி எது? அது எப்படிப்பட்டது? என்பதைப் பின்வருமாறு சித்திரித்துக் காட்டுகிறார்:

ராவணனிடத்தில் அங்கதன் தூது செல்லுகிறான். "சீதா தேவியை விட்டுவிட்டால் யுத்தம் ஏற்படாது. நீ சுகமாக இருக்கலாம்" என்று சொல்லுகிறான். ராவணன் இணங்காததனால் தூது போனவன் திரும்பிவந்து விடுகிறான். நியாயங்களைத் தம்பி விபீஷணனும் எவ்வளவோ எடுத்துச் சொல்லிப் பார்த்தான். யாதும் பயனில்லை என்று கண்டு, அவனும் ராமரிடமே அடைக்கலமாக வந்து விடுகிறான். யுத்தம் எப்படியும் நடந்து தீர வேண்டும் என்று ஏற்பட்டுவிட்டது.

போர் புரிவதை நினைத்த வண்ணமாக ஆத்திரத்தோடும் பரபரப்போடும் வானர சைனியங்களும் தளகர்த்தர்களும் காடு காடாக எங்கே பார்த்தாலும் பரந்து கிடக்கிறார்கள். நேரம் சாயங்காலம். ராமர் மாத்திரம் தன்னந் தனியாகக் கடற்கரைக்குப் போகிறார். அது ஒரே மணற்பரப்பு. அங்கே கடலைப் பார்த்த வண்ணமாகவே மணலில் உட்காருகிறார். சுற்றி வெகு தூரத்துக்கு ஒருவரும் இல்லை.

இரவு வந்து விடுகிறது. சிறிது நேரத்தில் சந்திரனும் உதயமாகி விடுகிறான். குளிர்ந்து தெளிந்த நிலவு மணற் பரப்பெங்கும் வீசுகிறது. ராமபிரான் மேனியிலும் அது பட்டது என்பதைக் கவிஞர் சொல்லுகிறார்:

கடலையே தன் கையினால் கடைந்த பலசாலி வாலி. அவனுடைய மார்பையும் உருவிச்சென்றது ராமருடைய அம்பு. மேலும், ஏழு மராமரங்கள் நன்றாக வைரம் ஏறி வானத்தை ஊடுருவும்படி வளர்ந்து நின்றன; தொகையாகவும் அடர்ந்து நின்றன; அத்தனை மரங்களையும் தன் ஒரே அம்பினால் தொளைத்தவர்தான் ராமர். ஆனாலும், என்ன ஏற்பட்டது?

"கரத்தொடு பாழிமாக்
  கடல்க டைந்துளான்
உரத்தொடு: வானினை
  உருவ ஓங்கிய

மரத்தொகை தொளைத்தவன்
மார்பில் ..."*

மார்புக்கு என்ன வந்தது?

"... மன்மதன்
சரத்தொடு பாய்ந்தன
நிலவின் தாரைவாள்."

"நிலவாகிய கூர்மையான வாளாயுதங்கள் மன்மதனுடைய பாணங்களோடு ராமபிரான் மார்பில், ஐயோ, பாய்ந்து விட்டனவே!" என்று வருந்துகிறார் கவிஞர். இதிலிருந்து என்ன நிகழ்கிறது?

சீதையினுடைய தெய்விக அழகையும் அருமையாய் அமைந்த அலங்காரங்களையும் எத்தனையோ தடவை பார்த்துப் பார்த்து அனுபவித்த ரஸிக புருஷர் ராமர். சீதை நிற்கும்போது முந்தானை நெளிந்தும் உட்கவிந்தும், இடையையும் அடிவயிற்றையும் சுற்றி ஓடிப் பொதிந்து கிடக்கும் அழகுதான் என்ன! முந்தானைக்கு மேலாக நகாசு வேலை திறம்பட இழைத்த (பணி பழுத்த) மேகலாபரணமும் அப்படியே அவருடைய மனக்கண்முன் வந்து நின்றுவிட்டது. மனமோ பித்துப் பிடித்ததுபோல் ஆய்விட்டது:

"பணிபழுத்(து) அமைந்தபூண்
மடியின் பண்பினால்
பிணிபழுத்(து) அமைந்ததோர்
பித்தின் உள்ளத்தான்;"

மேகலையும், முந்தானை ஓடிய மடியும், இந்தப் பாடுபடுத்தினால், அழகாக அமைந்த பற்கள் சிறிதே தெரியும்படி திறந்த இதழ்களை எபபடி மறக்க முடியும்!

"அணிபழுத்(து) அமைந்தமுத்(து)
அரும்பும் செய்யஓண்
மணிபழுத்(து) அமைந்தவாய்
மறக்க வல்லனோ?"**

சீதாதேவியின் அலங்கார நயங்களும், இயற்கை அழகின் பெருமிதமும் இப்படி நினைவுக்கு வந்து வெறிக்கொள்ளச்

---

* கரத்தொடு – கையினாலேயே; பாழிமாக்கடல் – ஆழமான பெரிய கடல்; உரத்தொடு – மார்போடு; மரத்தொகை – ஏழு மராமரங்களையும்; சரம் – அம்பு; தாரை வாள் – கிரணங்களாகிய வாள்கள்.

** பூண் – மேகலாபரணம்; பிணி பழுத்து – துயரம் முதிர்ந்து; அணி பழுத்து – அழகு சிறந்து; முத்து அரும்பும் – பற்கள் சிறிதே தெரிவதாய்; செய்ய ஓண்மணி பழுத்து – மாணிக்கத்தின் செந்நிறம் செறிந்து; வாய் – இதழ்களை.

செய்யவும், ராமருடைய மனசு வேறுசில முகமாகத் தொழிற்பட ஆரம்பித்தது.

"என்ன! இப்படி நமக்கே அடையாளம் தெரியாதபடி மெலிந்து போய்விட்டது நம் உடல்! இந்த உடலைவிட்டு விட்டுத் தொலைந்து போயிருக்கலாமே இந்தப் பாழும் உயிர். ஒரே தொத்தாகத் தொத்திக் கொண்டிருக்கிறதே. கஷ்டங்கள்தான் எப்படி எப்படியெல்லாம் வந்து தாக்குகின்றன!" என்ற கருத்துக்கள் வந்த மாத்திரத்தில், கண்ணும் மனமும் ஒன்றிலுமே செல்லாமல் ஸ்தம்பித்துப் போய்விட்டன.

சிறிது நேரம் கழித்துத் தெளிவு ஏற்பட்டபின், ராமர் கண் எங்கெங்கே சென்றது என்று சொல்லுகிறார் கவிஞர்:

"உடலினை நோக்கும்; வல்
   உயிரை நோக்கும்; வெவ்
இடரினை நோக்கும்; மற்(று)
   யாது நோக்குங் கொல்?"

எதிரே கன்னங் கரேல் என்று கிடக்கிறதும் கடக்க வேண்டியதுமான கடலை நோக்கினார். இலங்கைத் தீவும் (திடர்) கண்ணுக்குத் தெரிகிறது:

"கடலினை நோக்கும்அக்
   கள்வன் வைகுறும்
திடரினை நோக்கும் தன்
   சிலையை நோக்குமால்!"

அந்தக் கள்ளப் பயல் ராவணன் தங்கும் இடத்தைப் பார்த்தார்; உடனே பக்கத்தில் மணலில் கிடந்த வில்லையும் பார்த்தார். வீரதேவதை கோபாவேசத்தோடு பிரசன்னமாய் விடுகிறான். சௌந்தர்ய லக்ஷ்மியே வீரலக்ஷ்மியை எப்படி ஆவேசத்தில் மூட்டுகிறாள் என்பதைக் கண்கூடாகப் பார்க்கிறோம்.

மேலே குறித்த மூன்று செய்யுள்களும் தமிழ்ச் சுவை, கவிச்சுவை, காதற்சுவை, வீரச்சுவை, இதிகாச தத்துவத்தின் பெருமைகள் இவைகளையெல்லாம் அபூர்வமான முறையில் நமக்கு எடுத்துக் காட்டுகின்றன. அவைகள் பாடப்பாடத் தெவிட்டாத முக்கனிகளாகும்:

"கரத்தொடு பாழிமாக்
   கடல்க டைந்துளான்,
உரத்தொடு – வானினை
   உருவ ஓங்கிய
மரத்தொகை தொளைத்தவன்
   மார்பில் மன்மதன்

சரத்தொடு பாய்ந்தன
நிலவின் தாரைவாள்.

பணிபழுத்(து) அமைந்தபூண்
மடியின் பண்பினால்
பிணிபழுத்(து) அமைந்ததோர்
பித்தின் உள்ளத்தான்,
அணிபழுத்(து) அமைந்தமுத்(து)
அரும்புஞ் செய்யஒண்
மணிபழுத்(து) அமைந்தவாய்
மறக்க வல்லனோ!

உடலினை நோக்கும்வல்
உயிரை நோக்கும், வெவ்
இடரினை நோக்கும், மற்(று)
யாது நோக்குங்கொல்?
கடலினை நோக்கும், அக்
கள்வன் வைகுறும்
திடரினை நோக்கும், தன்
சிலையை நோக்குமால்!”

(அக்டோபர் 1935)

~

4

கால்மணிநேரம் தமிழுக்கு

மூன்று மாதத்துக்கு முன்புதான் ரவீந்திரநாத தாகூர் நம்முடைய சென்னைக்கு வந்து சில உண்மைகளை நமக்குத் தெரிவித்தார். அவைகளில் ஒன்று:

"கவியை அனுபவித்து விடுவதற்காக எத்தனையோ பாஷைகளைக் கற்றேன். இங்கிலீஷ் மாத்திர மல்ல; பிரஞ்சு பாஷை, ஜெர்மன் பாஷை, லத்தீன், கிரீக்கு ஆகிய புராதன பாஷைகளை எல்லாம் கஷ்டப்பட்டுக் கற்றேன். என்ன பலன்? கவியின் இதயம் தெரிந்ததா? இல்லவே இல்லை. என் தாய்மொழி ஒன்றின் மூலமாகத் தான் எனக்கு அது தெரியவந்தது."

இது நமக்கு லகுவில் விளங்கி விடாது என்று எண்ணி தான் சொன்ன வார்த்தைக்கு ஒரு தீர்மானமும் கொடுத்தார். அதாவது:

"பிற பாஷைகளின் மூலமாகக் கவியின் உயிர்நிலையை அறியப் புகுவது, காதலியின் அருள் முறுவலைப் பெறுவதற்காக வக்கீலுக்கு வக்காலத்துக் கொடுக்கிற அழகுதான்!"

இதெல்லாம் வங்காளிகளைப் பார்த்துச் சொன்னதாகத்தான் வைத்துக்கொள்ள வேண்டும். தமிழரைப் பற்றிய உண்மையை – அதாவது தமிழைப் புறக்கணிப்பதையும், தமிழ்ப் பாட்டில் ஒன்றும் இல்லை, தமிழுக்கென்று தனிப்பண்பு (தமிழ் ஜீனியஸ்) கிடையாது என்றெல்லாம் சாதாரணமாகச் சொல்லிக்கொண்டும், அதைவிட நம்பிக் கொண்டும், இருக்கிறதையும் தாகூர் தெரிந்திருந்தால்

எப்பேர்ப்பட்ட ஆவேசமும் ஆங்காரமும் அவருக்கு வந்திருக்குமோ சொல்ல முடியாது.

ஒரு தேசத்தாருடைய நாகரிகத்துக்கும் பாஷைக்கும் விரோதிகளாய் இருப்பவர் பொதுவாக அந்தத் தேசத்தை அடியோடு அழிக்கப் பார்க்கும் அக்கம்பக்கத்திலுள்ள தேசத்தார்தான். கொரியா தேசத்தாருக்குச் சொந்தமான நாகரிகமும் அதற்கேற்ற பாஷையும் உயர்தர நிலையிலேயே இருந்தன. ஜப்பான் கொரியாவைக் கைப்பற்றினவுடன், கொரியர்கள் தங்களுக்குரிய நடை உடை பாவனைகளை விட்டுவிட வேண்டும், கொரிய பாஷையை ஒழித்துவிட வேண்டும், ஜப்பானியர்களைப் போலவே எல்லாவிதத்திலும் இருக்க வேண்டும், முக்கியமாக, ஜப்பானிய பாஷையைத் தான் கற்க வேண்டும் என்றெல்லாம் கொடுங்கோன்மை நடத்தினார்களாம். இதுபோலவே, ஐரோப்பாக் கண்டத்திலும் ஒரு தேசத்தார் தங்களுக்குட்பட்ட பிற தேசத்தாருடைய நாகரிகத்தையும் பாஷையையும் வேரோடு களைந்தெறியப் பார்த்தார்கள்; இன்றைக்குமே பார்க்கிறார்கள் என்பது தெரியவருகிறது.

ஆனால், தமிழ்ப் பாஷைக்கும் தமிழ் நாகரிகத்துக்கும் உலைவைக்க அயல் தேசத்தார் படை எடுத்து வரவேண்டிய அவசியம் ஒன்றும் இல்லை. தமிழ் மக்களே அந்தப் பொறுப்பை ஏற்றுக் கொண்டார்கள் என்றால் பொருந்தும். ஜப்பான் மாதிரி சட்டதிட்டங்கள் ஏற்படுத்தவில்லைதான். கொரியர்களுக்கு அந்தச் சட்ட திட்டங்கள் தங்கள் பாஷையில் முன்னிருந்ததைவிட அதிகமாக ஆர்வங்கொள்ளக் காரணமாக இருந்தன; பாஷைமேல் ஏதோ மிதந்தாற் போலிருந்த ஆசையை இதயத்துக்குள்ளே செலுத்தி ஒரே படியாய்ப் பதிந்து நிற்கும்படி செய்துவிட்டன. நம்மவர்கள் செய்கையோ கொடுமையிலும் கொடுமை. 'ஆபத்தில் இருக்கிறோம்' என்ற உணர்ச்சியே இல்லை. 'தமிழ் எதற்கு? தமிழில் என்ன இருக்கிறது? தமிழைப் பற்றிப் புகழ்ந்து பேசுவதும் பாராட்டிப் பேசுவதும் வெறும் படாடோபம்; தேசபக்தி என்று சொல்லுவதில் உளுத்துப்போன பொக்கான பாகந்தான் அது; அக்கம்பக்கத்தில் உள்ளவர்களையும் அவர்கள் பாஷைகளையும் குறித்துவந்த விரோதம்' – இப்படியெல்லாம் சொல்லுபவர்கள் யார்? அக்கம்பக்கத்திலுள்ளவர்கள் அல்ல; தமிழ் நாட்டிலேயே இருந்துகொண்டு வீட்டில் பெண்டு பிள்ளைகளோடு தமிழிலேயே பேசிக்கொண்டிருக்கும் தமிழ் மக்களே! இவ்வளவுக்கும் காரணம், ஏதோ உலகத்தில் இல்லாத, தமிழ் மக்களிடத்தில் மாத்திரம் ஏற்பட்டுள்ள, சீர்கேடல்ல. நம்மவரும் மற்ற உலகத்தாரைப்போல ஒரேவிதமான சீலம் படைத்தவர்கள்தான். வங்காளிகளை மட்டும், இல்லாத ஒரு பக்குவத்தில் படைத்து விட்டானா

பிரமன்? இல்லை. என்றாலும், வங்காளிகள் ஒவ்வொருவரும், ரவீந்திரநாத தாகூரிலிருந்து ரயில்வே போர்ட்டர் வரையும் ஏகோபித்துத், தங்கள் தாய்ப் பாஷையினிடத்தில் அபார ஆர்வமும் அக்கறையும் கொண்டிருக்கிறார்கள். இதற்காகவே மேல் நாட்டார் அவர்களை மதிக்கிறார்கள்.

தமிழர்களைப் பற்றி இப்படிச் சொல்லமுடியுமா? யுனிவெர்ஸிடி பட்டம் ஒன்று இரண்டு கிடைக்க வேண்டியது; பதவியும் ஏதாவது கிடைத்துவிட வேண்டியது; உடனே, "தமிழ் படிக்கிறவன், தமிழ் தெரிந்தவன்' என்று தம்மைப் பிறர் எண்ணிவிடுவார்களோ என்ற பயம் ஏற்பட்டு விடுகிறது. இதற்கெல்லாம் பள்ளிக்கூடங்களும் கற்பிக்கும் முறையுந்தான் காரணம்; ஆனாலும், முக்கிய காரணம் நம்முடைய மூதாதைகளின் பூர்வ வினையே.

எவ்வளவோ அரிய நூல்களை அவர்கள் எழுதிவைத்து விட்டுத்தான் போனார்கள். திருக்குறள் என்ன, கம்பராமாயணம் என்ன, கலிங்கத்துப்பரணி என்ன, சிலப்பதிகாரத்தில் பதித்து வைத்திருக்கிற வைரமணிகள் போன்ற வரிப்பாடல்கள் என்ன – இவைகளின் வாடாத பெருமையையும் அழகையும் நம்மவர் அனுபவிக்கிறார்களா? ஒப்புக்கொள்வதுதான் உண்டா? தமிழர் இவைகளை அனுபவியாமல் வேறு யார் அனுபவிக்க? செவ்வாய் கிரகத்தில் யாரோ மக்கள் இருக்கிறார்களாம்; அவர்களா வரப்போகிறார்கள் அனுபவிக்க? தமிழுக்குத் தமிழர்தான் கதி; தமிழருக்கும் தமிழே கதி.

இந்த உண்மை மகாமகோபாத்தியாய சாமிநாத ஐயர் அவர்களுடைய மனசில் ஐம்பது வருஷத்துக்கு முன்னமே பதிந்து விட்டது. அன்று முதல் இன்று வரையும் அவர்கள் தமிழ் மக்களைத் தமிழ் படிக்கும்படி சதா தூண்டிக் கொண்டிருக்கிறார்கள்; தமிழ் படிப்பவர்களைக் கண்டுவிட்டால் கூத்தாடுவார்கள்.

சுமார் நாற்பது வருஷங்களுக்குமுன், திருச்சிராப்பள்ளிக்கு வந்து, எஸ்.பி.ஜி. காலேஜில் தமிழின் அருமையைப் பற்றியும், வளத்தைப் பற்றியும் பிரசங்கம் செய்தார்கள். நானும் பிரசங்கத்தைக் கேட்கப் போயிருந்தேன். அப்போது நான் நாலாவது பாரத்தில் வாசித்துக்கொண்டிருந்த சிறு பையனாக இருந்ததால், "கும்பகோணம் சாமிநாத ஐயரைப் பார்க்கப் போயிருந்தேன்" என்று சொல்வதுதான் பொருந்தும். இருந்தாலும் ஐயரவர்கள், தமிழ் மகளின் 'நகை ஜாபிதா'வை எடுத்துக் காட்டியபோது – அதாவது தலைக்குச் சூளாமணி, மார்புக்குச் சிந்தாமணி, காதுக்குக் குண்டலகேசி, கைக்கு வளையாபதி,

இடைக்கு மணிமேகலை, கடைசியாகக் காலுக்குச் சிலப்பதிகாரம் என்று முடித்தார்களோ இல்லையோ – அப்படியே மயங்கிப் போய்விட்டேன். அன்று இரவெல்லாம் ஒரே சொப்பனம் – தமிழ் அணங்கு வருகிறதும், தன் அபூர்வ அணிகலங்களை இப்படியும் அப்படியுமாகத் திருப்பித் திருப்பிக் காட்டுவதுமாய் இருந்தது. பிரசங்கத்தின் இறுதியில் ரொம்ப ஆற்றாமையோடு ஒரு விஷயத்தை வலியுறுத்தினார்கள்:

> "மாணவர்களுக்கும் கனவான்களுக்கும் ஒரு வார்த்தை; இங்கிலீஷைப் படிக்க வேண்டாமென்று நான் சொல்லவில்லை. எவ்வளவு வேண்டுமானாலும் படியுங்கள். ஆனால், தமிழுக்குத் தினம் அரை மணிநேரம் ஒதுக்கிவையுங்கள்; கால்மணி நேரம் படித்தாலும் போதும்; பெரிய காரியம்."

என்று தம் ஆர்வத்தை எல்லாம் சேர்த்து ஒரு முனைப்படுத்திச் சொன்னார்கள். இன்றைக்கும் அந்த ஆர்வத்தை என்னால் மறக்க முடியவில்லை.

இந்த ஆற்றாமை நாற்பது வருஷங்களுக்கு முன் இருந்தது. இடையில் தமிழ்ப் பயிற்சி சிறிது விருத்தியடைந்திருக்கிறது என்று சொல்லலாம். வங்காளிகளுக்குத் தாய் மொழியிலுள்ள உணர்ச்சியும் உறுதியும் நம்மவருக்குத் தமிழ் சம்பந்தமாக இல்லையே என்று எண்ணும்போது நாமும் ஐயரவர்களோடு சேர்ந்து ஆற்றாமைப்பட வேண்டியதாய்த்தான் இருக்கிறது.

பண்டைக் காலத்து உயர்தர இலக்கியங்கள் சம்பந்தமாக நம்மவருக்கு அவ்வளவாக அக்கறை ஏற்படாவிட்டாலும், ஒருவிதத்தில் தற்போது நாம் எல்லோரும் சந்தோஷம் கொண்டாட வேண்டியிருக்கிறது. நாற்பதினாயிரம் ஐம்பதினாயிரம் என்று சொல்லும்படியாகத் தமிழ் மக்களுக்கு – ஆடவர் பெண்டிர் பிள்ளைகள் எல்லோருக்கும், இங்கிலீஷ் படித்தவர்களுக்குங்கூட – தமிழ் வசனம் வாசிக்கிற பழக்கம் ஏற்பட்டு, தமிழணங்கின் சௌலப்பியம், விசித்திரமான நடன கதிகள், உல்லாசப் போக்குகள், நம் நெஞ்சோடு நெஞ்சு வைத்து இதயத்துக்கு இதயம் பேசும் தனித்த அருமைப்பாடுகள் எல்லாம் தெரியவும் அனுபவிக்கவும் நேர்ந்திருக்கிறது. சமீபத்தில் 'ஆனந்த விகடன்' புகுந்து விளையாடாத வீடில்லை ரயிலில்லை, ஊரில்லை தோட்டமில்லை, அடுக்களை இல்லை 'பெட்ரூம்' இல்லை, தோட்டியில்லை தொண்டமான் இல்லை என்று சொல்லத் தோன்றுகிறது. ஒரேபடியாய் பேஸ்து வைத்த மாதிரி இருந்த தமிழகம் திடீரென்று குலுங்கக் குலுங்கச் சிரிக்கிறதைக் காண்பதில் ஐயர் அவர்களுக்கு நம்மைப் போலவே சந்தோஷம்.

வசனத்தின் ருசியைக் கண்டு வருகிற தமிழ் மக்கள் நாளடைவில் பண்டைய இலக்கியங்களின் அருமையையும் உணர்ந்து பாராட்டக் கூடும். ரவீந்திரநாத தாகூர் சொன்ன சொல்லின் உண்மை இன்னதென்று அவர்களுக்கு நன்றாய்த் தோன்றிவிடும். ஐயரவர்கள் நமக்குச் செய்துள்ள உதவியும் அது எவ்வளவாக நம்முடைய நன்றிக்கு விஷயமாய் இருக்கிறது என்ற உண்மையும் அப்போதுதான் தென்படும்.

(14 மார்ச் 1935)

5

தியாகராஜ விலாசம் அல்லது புலவர் தொழில்

எனது நண்பர் ஊரைவிட்டு அமெரிக்காவுக்குப் போனார். போய்ச் சேர்ந்து சிலநாள் ஆகவே, அவருக்கு வீட்டைப் பற்றி ஞாபகம் ஏற்பட்டு விட்டது. ஆயிரக்கணக்கான மைலுக்கு இப்பால் இருக்கிற பெண்டு பிள்ளைகள்தான் சதா கண்முன் நிற்பது. மனைவி, வீட்டு வேலையில் முழுகி அரங்குக் கதவைத் திறக்கிறதும், அவசரமாய் ஓடி அடுப்பில் வைத்திருந்த சாமானை இறக்குகிறதும், அப்படியே கண்முன் வந்துவிடும். குழந்தைகள் விளையாடுகிறதையும் ஓடி வருகிறதையும் பார்த்து, கீழே எங்கே விழுந்து விடுமோ என்று பயந்து நாற்காலியை விட்டு எழுந்து அவசரமாய் நடந்து போவார். சொந்த ஊர், வீடு, பெண்டு பிள்ளைகள் நிதர்சனமான நனவு; உண்மையாக எதிரே நிற்கும் நியூயார்க் கட்டடமும், டிராயிங் ரூமும், அமெரிக்கர்களும் – ஆண் பெண் எல்லாம் – கனவுதான். இந்த மனநிலையை ஆங்கிலேயர் அடிக்கடி நேரில் அனுபவித்து, அதை ஒரு நோய் என்று கண்டு, மருத்துவ சம்பிரதாயத்தை ஒட்டி 'ஹோம்–ஸிக்னஸ்' என்று அதற்கு ஆங்கிலத்தில்ப் பேரும் கொடுத்திருக்கிறார்கள்.

இது தூர தேசத்துக்குப் போனதால் வந்த காரியம். அதாவது இடம் பெயர்ந்து வாழ்கிறது. இதே போலக் காலம் பெயர்ந்து வாழ்கிறதும் உண்டு. திருவேட்டீசுவரன் பேட்டையில் 'தியாகராஜ விலாச'த்தில் நாளது 1935ஆம் வருஷத்தில்

இருந்துகொண்டே, காலம் பெயர்ந்து, ஐம்பதல்ல, நூறல்ல, ஆயிரம் இரண்டாயிரம் மூவாயிரம் வருஷத்துக்கு முன்னுள்ள பழைய காலங்களில் வாழ்ந்துகொண்டிருக்கிறார்கள், மகாமகோபாத்தியாய டாக்டர் சாமிநாதையர் அவர்கள்.

ஐயர் அவர்களுடைய ஆசிரியர் திரிசிரபுரம் மீனாக்ஷிசுந்தரம் பிள்ளை அவர்கள் இருந்த காலம், அறுபது வருஷத்துக்கு முன். அது தற்போதைய காலத்துக்கு எவ்வளவோ வித்தியாசப்பட்டது. பிள்ளை அவர்கள் காலஞ் சென்று எத்தனையோ வருஷம் ஆய்விட்டதுதான். ஆனால் என்ன? மாணவர்களுக்குப் பாடம் சொல்லிக் கொடுக்கிறதும், மாணவர் ஒருவர் தம் மனையாளை விட்டுத் தனியாய் இருந்ததனால் உண்டான பிரிவாற்றாமை நோயைக்கண்டு வருந்துவதும், அதற்குச் சிகிச்சை செய்வதும் (மாணவருக்குத் தெரியாமலே தகப்பனாருக்கு எழுதி, மனையாளைக் கொண்டுவந்துவிட ஏற்பாடு செய்ததும்), ஆசிரியர் சிவபூஜை செய்யும்போது மணி ஓசை கேட்கிறதும், புஷ்பத்தை எடுத்து அர்ச்சிக்கிறதும், நந்தவனத்தைத் தினம் போய்ச் சுற்றிப் பார்க்கிறதும், புதிதாய் வைத்த செடி முதல்முதலாகப் பூத்த செய்தியைத் தாம் கண்டு சொல்ல ஆசிரியர் அப்படியே ஓடிவந்து பார்க்கிறதும் – இதுபோன்ற ஆர்வங்கலந்த எத்தனையோ காட்சிகளை இன்றைக்குத் 'தியாகராஜ விலாச'த்திலிருந்து பார்த்துக்கொண்டும், ஆனந்தித்துக்கொண்டும் இருக்கிறார்கள், ஐயர் அவர்கள்.

இதைவிட விசித்திரம், இரண்டாயிரம் வருஷத்துக்கு முன்னுள்ள புலவர்கள் செயலைக் கண்கொட்டாமல் பார்த்துக் கொண்டேயிருக்கிறது. கபிலராகிய புலவர், வள்ளல் பாரிக்கு முன் வந்து அங்குள்ள புலவர்களைப் பார்த்து, "அடடா, புலவர்களே! உங்கள் சரக்கு இவ்வளவுதானா! பாடுகிறதற்கு விஷயம் அப்படித் தரித்திரமாகவா போய்விட்டது? கொடையைப் பற்றிப் பாடவேண்டுமானால் ஒருவன்தானா உலகத்தில் உங்களுக்கு? கொடையெல்லாம் பாரியோடு அப்படியே நின்றா போய்விட்டது? என்ன, உங்களுக்குத் தெரியாதா? உலகத்தை அளிப்பதற்கு மழையும் இருக்கத்தானே செய்கிறது?"* என்று சொன்னதை இன்றைக்குத்தான் ஐயர் அவர்கள் முன் நின்று 'தியாகராஜ விலாச'த்தில் மறுபடியும் விகடம் நடத்திக் கொண்டிருக்கிறார்.

---

* "பாரி பாரி என்றுபல ஏத்தி
ஒருவற் புகழ்வீர் செந்நாப் புலவீர்!
பாரி ஒருவனும் அல்லன், –
மாரியும் உண்(டு) ஈண்(டு) உலகுபுரப் பதுவே."

– புறநானூறு

அதிகமான் இறந்துபோகிறான். அவனுடைய அன்புக்கும் ஆதரவுக்கும் ஆளாயிருந்துவந்த புலவர் அரிசில்கிழார், இதயம் நொந்து அலறுகிறார்: "அட எமனே, என்ன காரியம் செய்து விட்டாயடா! இவனைக் கொன்று லாபமா கட்டிக்கொண்டாய்? உனக்கு இரை வேண்டும் என்றால் இவனையா கொல்லுகிறது? ரொம்ப வாழ்ந்துபோனாய். இவன் உயிரோடு இருந்தால்தான் போரில் எத்தனையோ பேர் இவன் வில்லால் இறந்து போவார்களே. அத்தனை பேர் உயிரையும் நீ வயிறார உண்ணலாமே. அட பைத்தியமே! பைத்தியமே!!." இந்தத் தாங்க முடியாத துயரமும் அலறுதலும் இன்றைக்கும் நிகழ்கின்றன, ஐயர் அவர்களுடைய கலங்கிய கண்களுக்கு முன்.

நிகழ்காலத்தைக் கைநழுவ விட்டுவிட்டு, சென்றகாலத்தில் இப்படியெல்லாம் ஒட்டிப் பழகுவதோடு நிற்பதில்லை. எதிர்காலத்தில் நெருங்கிப் பழகிக்கொண்டு இருக்கிறதும் அவர்களுக்கு உண்டு.

நூறு அல்லது ஆயிரம் வருஷங் கழித்துத் தமிழ்நாட்டில் தமிழ்மக்கள் என்ன செய்கிறார்கள் என்று கண் பூத்துப் போக ஒரே பார்வையாய் அடிக்கடி பார்த்துக்கொண்டே இருக்கிறார்கள். அந்த வருங்கால உலகத்தில் அவர்கள் காணுகிற விஷயங்கள்:

தமிழைப் புறக்கணிக்கிறதில்லை. தமிழை அவமதிக்கிறதில்லை. தமிழ் படித்தவர்களைக் கடைக் கண்ணால் பார்த்துக் கண்ணடித்து நகையாடுவதில்லை. மற்றெந்தப் பாஷையிலும்விடத் தங்கள் தமிழிலேயே மோகம். தமிழ்ப் புத்தகங்களே தங்கள் கைக்கு அலங்காரம்; தமிழ்க் கல்வியே தங்கள் அறிவுக்கு அலங்காரம் என்று எக்களிப்போடு பேசுவார்கள்; பயந்து போய், தொண்டைக் குழிக்குள் விழுங்கிப் பேசமாட்டார்கள். உலகத்திலுள்ள கலைகள் எல்லாம் தமிழில்ப் புத்தக ரூபமாகவும் பத்திரிகைகள் மூலமாகவும் எங்கும் ஓடி ஆடி உலவுகின்றன. முக்கியமாக, 'ருலுலும் ருலுலும்' என்ற தம்பூர் சுருதியோடு ஆற்றுவரி, கானல்வரி, குன்றக்குரவை, வள்ளைப்பாட்டு, திருவாசகம், குறவஞ்சிப் பாட்டுகள், தமிழ்ப் பதங்கள், இன்னும் எத்தனை எத்தனையோ தமிழ்ப் பாடல்கள் எல்லாம் ஒலித்து, தமிழகம் இசையகமாய் மாறி, தமிழ் மக்கள் தங்களை மறந்து கிடக்கப் பார்க்கிறார்கள்.

ஆகவே, 'தியாகராஜ விலாச'த்துக்கு வந்துபோய்க் கொண்டிருப்பவர்கள், சென்ற காலத்து ஆசாமிகளும் வருங்காலத்து ஆசாமிகளும் தான், – நாம் அல்ல.

(3 மார்ச் 1935)

~

6

இதய ஒலி

தமிழில் அனேக விஷயங்களுக்கு வார்த்தை இல்லையே என்று நம்மவர்களில் அநேகர் வருந்துகிறார்கள். சயன்ஸுகள் சம்பந்தமாகப் பதங்கள் இல்லை என்ற காரணத்தால் புதிதாகப் பதங்கள் உற்பத்தி செய்துகொண்டிருக்கிறார்கள்; அதற்காக எவ்வளவோ பிரயாசையெடுத்துக்கொண்டும் வருகிறார்கள். இது எல்லோருக்கும் தெரிந்த விஷயம்.

இதற்கு மத்தியில் ஒரு பையன், “ஹியர் ஹியர்' என்று உத்ஸாகத்தோடு ஆரவாரிக்கிறோமே, ஒருவர் ஆங்கிலத்தில் பேசிக்கொண்டிருக்கும்போது; அந்த ‘ஹியர் ஹியர்' என்பதற்குப் பதிலாகத் தமிழில் என்ன ஐயா சொல்லுவீர்கள்?” என்று கேட்டான். மொழிபெயர்ப்பில் தீவிர நம்பிக்கை கொண்ட புலவர் நண்பர், “கேண்மின் கேண்மின் என்று சொல்லலாம்” என்று உடனே கூறிவிட்டார். பையன் “அப்படி ‘கேண்மின் கேண்மின்' என்று யாராவது எந்தச் சந்தர்ப்பதிலாவது சொல்லுகிறார்களா?” என்று கேட்டான். “ஒருவரும் சொல்வதில்லைதான். அதனால் என்ன? சும்மாச் சொல்லலாம்” என்றார் புலவர். “தக்க மனுஷர்கள் கூடிய சபையில் நீங்கள் ‘கேண்மின் கேண்மின்' என்று கூசாமல் சொல்லுவீர்களா? சொல்ல நேர்ந்தால், சபையில் உள்ளவர்களெல்லோரும் உங்களைப் பார்த்துத் திரும்ப மாட்டார்களா? உள்ளுக்குள்ளாவது சிரிக்காமல் இருப்பார்களா?” என்று பையன் கெண்டைபண்ண ஆரம்பித்துவிட்டான். நண்பருக்கும் பதில் ஒன்றும் சொல்ல முடியாமல்தான் போய்விட்டது. பையன்

அதிலிருந்து ஆரம்பித்தான் ஒரு தர்க்கம். "எப்போது 'ஹியர் ஹியர்' என்ற தொடருக்குத் தமிழில் ஏற்ற பதம் இல்லையோ, தமிழர்களுக்குப் பேச்சுத் திறம் இல்லை என்றும், அதைவிட, பேசும் பேச்சைக் கேட்டு அனுபவிக்கும் திறம் இல்லை என்றும் ஏற்பட்டு விட்டதல்லவா?" என்று ஒரு போடு போட்டான்.

ஆங்கிலேயர் ஒருவர் தமிழ் முனிஷியைப் பார்த்து, "தாங்க் யூ' என்ற நன்றி கூறும் ஆங்கிலச் சொற்றொடருக்குத் தமிழ் என்ன?" என்று கேட்டாராம். முனிஷி "அதற்குத் தமிழ் இல்லை" என்றாராம். ஆங்கிலேயர் அதன் பேரில், "என்ன! 'தாங்க் யூ' என்பதற்குத் தமிழ் இல்லையா? ஓகோ, சரிதான். உங்களுக்கு நன்றி பாராட்டுகிற தன்மையே கிடையாது! அவ்வளவுதான்" என்று முடிவு கட்டிவிட்டாராம். அந்த ஆங்கிலேயர் தர்க்க சாஸ்திரத்தில் ரொம்ப ரொம்ப நிபுணராய் இருந்திருக்க வேண்டும். நம்முடைய பையனும் பள்ளிக்கூடத்தில் தர்க்க சாஸ்திரத்தையே பாடமாகப் படித்தானோ என்னமோ?

உத்ஸாகத்தைத் தெரிவிக்கிற தமிழ் வார்த்தைகளைக் கேட்கும் சந்தர்ப்பம் நகரவாசிகளுக்கு இருந்திராது. ஆங்கில மயத்திலேயேதான் முழுகிக் கிடக்கிறார்களே! சுவாசிப்பதற்கு வேண்டிய காற்றைக்கூட இங்கிலாந்து தேசத்திலிருந்து எழுதி வருத்தாததுதான் ஒரு குறை! தமிழர்களுக்கு உத்ஸாகமான உணர்ச்சி எவ்வளவோ இருக்கிறது என்பதும், அந்த உணர்ச்சியைத் தெளிவான முறையில் தெரிவிக்கிறார்க ளென்பதும், ரயிலடியை விட்டு விலகி இருபது முப்பது மைலுக்கு அப்பால் இருக்கிற கிராமத்துக்குப் போனால் தெரியவரும். அங்கே பொதுச் சாவடிகளிலும், திண்ணைகளிலும், சூரியோதயத்திலிருந்து நடுநிசி வரையும் அரட்டைக் கச்சேரிகள் தொடர்ச்சியாய் நடந்துகொண்டிருப்பதைக் காணலாம். அங்கே பேசும் பேச்சில் இருக்கிற வேகமும் நயமும், நகரத்தில் பேசும் நாகரிகப் பேச்சில் இல்லை என்றால் மிகை அல்ல. உள்ளத்தில் உள்ள விஷயம் அப்படியே வாக்கில் வரும். அப்படி வரும் வார்த்தைக்கு நயம் உண்டு, வேகம் உண்டு, ஜீவன் உண்டு.

சாவடியிலோ திண்ணையிலோ ஒருவர் உட்கார்ந்து கொண்டு ஒரு விஷயத்தைப் பற்றி ஆர்வத்தோடு பேசிக்கொண்டிருப்பார். விஷயத்தில் உள்ள சந்தேகம் நிவர்த்தியாகி நிவர்த்தியாகித் தெளிவுப்பட்டுக் கொண்டுவரும். கேட்டுக் கொண்டிருக்கிறவர் களுக்கும் மனசில் ஒளிபரவிப் பேசுகிறவருடன் ஆளோடு ஆளாய்க் கலந்து விஷயம் ஓடுகிற ஓட்டத்தில் இழுபட்ட நிலையில் இருப்பார்கள். கேட்கிற ஒவ்வொருவரும் தாங்களேதான் பேசிக்

கொண்டிருக்கிறோம் என்ற நினைப்பில் இருப்பார்கள். அப்போது வரும் வார்த்தை:

"கேளுங்கள், கேளுங்கள்!" என்று சொல்லுவார் கீழ்ச்சுவரில் சாய்ந்துகொண்டிருக்கும் ஒருவர். உடனே மேல்ச் சுவரில் சாய்ந்துகொண்டிருக்கும் ஆசாமியிடமிருந்து, "கேளுங்கள் ஐயா, கேளுங்கள்!" என்ற எதிரொலி வரும். 'கேண்மின்' என்று வராது; 'கேண்மினோ' வராது; 'ஹியர் ஹியர்' வரவே வராது.

நண்பர்கள் கூடிப் பேசுகிற இடம் போகட்டும்; பிரசங்க மேடை போகட்டும்; பாகவதர் பாடுகிற பாட்டுக் கச்சேரிக்குப் போவோமானால், அங்கே அனுபவிக்கிற ஆனந்தத்தைத் தமிழ் வார்த்தைகளில் வெளியிடுவது உண்டா, இக்காலத்தில்? கிடையாது. எல்லாம் இந்துஸ்தானிதான்; 'பலே பலே!' 'பேஷ்! சபாஷ்!' இந்துஸ்தானி லேசாய் அங்கொரு வார்த்தை இங்கொரு வார்த்தை கற்றுக்கொண்ட ஆங்கிலேய தளகர்த்தர் யாராவது கச்சேரிக்கு வந்திருந்தால், தெலுங்குப் பாட்டை எல்லாம் இந்துஸ்தானிப் பாட்டு என்று நம்பிக்கொண்டு, அதனால்தான் எல்லோரும் பாடகரை இந்துஸ்தானிலேயே உத்ஸாகப் படுத்துகிறார்கள் என்று எண்ணிவிடுவார். போதாக்குறைக்குப் பொன்னியும் வந்தது என்றபடி, முதலிலிருந்தே தமிழ்ப் பாட்டு ஒன்று கூடப் பாடாமல், முடிக்கப் போகிற தருணத்தில் இரண்டு மூன்று இந்துஸ்தானிப் பாட்டுக்களையும் பாகவதர் பாடிவிடுவார். நூற்றுக்கணக்காகவும் ஆயிரக்கணக்காகவும் தமிழர்களாய்க் கூடியிருக்கிற சபையில், பாகவதரே தமிழ்ப் பாட்டுப் பாடக்கூடாது என்று சித்தாந்தப் படுத்திக்கொண்டு பாடிவரும்போது, கேட்கிறவர்கள் தங்கள் ஆனந்தத்தையும் ஆத்திரத்தையும் தமிழில் தெரிவிப்பது என்றால் அது லௌகிகமாகுமா? 'காபிடல்', 'எக்ஸலெண்ட்' என்று இங்கிலீஷில் தீர்மானங் கொடுத்தாலும் குற்றமில்லை; வைதீக கதாகால க்ஷேபத்துக்குக் கூடக் குற்றமில்லை.

இந்தக் கட்டத்தில் நம்முடைய பையன் என்ன சொல்லுவான்? 'ஸபாஷ், பலே பேஷ்' – இதற்கெல்லாம் தமிழே கிடையாது என்று சாதித்துவிடுவான். இதிலிருந்து, "சங்கீதமும் சங்கீத உணர்ச்சியும் நமக்குக் கிடையாது" என்றும் தீர்ப்புச் சொல்லிவிடுவான். ஆனால் இப்போது, அயல்நாட்டார்கூட, தமிழ்நாட்டில் மிகச் சிறந்த சங்கீதமும் சங்கீத உணர்ச்சியும் இருக்கிறதென்றும், நெடுகிலும் இருந்து வந்திருக்கிறதென்றும் சொல்லுகிறார்கள். ரவீந்திரநாத தாகூர் தமிழ்நாட்டைக் குறித்துச் சொல்லும்போது, 'தமிழகம் இசையகம்' என்று குறிப்பிட்டிருக்கிறார்.

தமிழ்நாட்டில் எந்த ஊரிலும், அது எவ்வளவு சிறு ஊராய் இருந்தாலும், கோயில் ஒன்று உண்டு. அதில் சேவிப்பதற்காக

மேளமும் சின்ன மேளமும் (பரத நாட்டியம்) ஏற்படுத்தி மானியமும் விட்டிருக்கிறார்கள். இந்த சர்வ வியாபகமான ஏற்பாடு உலகத்தில் வேறு எங்குமே சங்கீதத்துக்கு இல்லை என்று சொன்னால் பொருந்தவே செய்யும். இந்த வியாபகம் உண்டாவதற்குப் பல்லாயிரக்கணக்கான வருஷம் வேண்டும். பண்டைய தமிழ் இலக்கியங்களைப் பார்த்தால்த் தமிழ்நாட்டில்ச் சங்கீத வளர்ச்சியும் சங்கீத உணர்ச்சியும் ஆயிரக்கணக்கான வருஷங்களுக்கு முன்னமே அபரிமிதமாய் இருந்திருப்பதாகத் தெரியவரும். அப்படியானால் சங்கீதத்தைக் கேட்டுக்கொண்டிருந்தபோது, தமிழர்கள் தங்களுடைய ஆனந்த உணர்ச்சியை வெளியிட முடியாமல்க் கற்சிலைகள் மாதிரி ஒரே மௌனமாகவா இருந்திருப்பார்கள்? "நன்றாய் இருக்கிறது," "ரொம்ப நன்றாய் இருக்கிறது" என்று சொல்லுவார்கள். "ஆகா! ஆகா!" என்று ஆர்ப்பரிப்பார்கள். "அடடா! அடடா!" என்று அரற்றுவார்கள்.

"எப்படி இருக்கிறது! இதல்லவா பாட்டு!" என்று வியப்பார்கள். 'தேனோ, பாலோ, அமிர்தமோ!' என்று பருகமாட்டார்களா? அவர்களுக்கு இவ்வளவும், இதற்கு மேலும், வாயாரச் சொல்லி அனுபவிக்க எளிதாயும் இருந்திருக்கும். ஏனென்றால் வாயை அடைத்து விடுவதற்கு, அந்தக் காலத்தில், வெற்றிலை பாக்கு இப்போதுள்ள அளவு கிடையாது. புகையிலை கிடையவே கிடையாது; புகை பிடிப்பதைப் பற்றிப் பேசவே வேண்டாம்.

உத்ஸாகத்தைக் காட்டுவதற்கு வெள்ளைக்காரர்களிடமிருந்து ஒரு வார்த்தை கற்றிருக்கிறோம். ரயிலடியில் அடிக்கடி கேட்கலாம். யாராவது பெரிய உத்தியோகஸ்தர் ஊரை விட்டுப் புறப்படும்போது ஒரு கூச்சல்; 'ஹிப் ஹிப் ஹுரே, ஹிப் ஹிப் ஹுரே!' என்று கூச்சல் இடுவார்கள். நானும் கத்தியிருக்கிறேன். ஆனால் அதன் பொருள் இன்னமும் தெரியாது. மேல்நாட்டுச் சம்பிரதாயப்படி கத்தினால் ஒருவேளை பொருள் தெரியவரலாம்; அதாவது சாராயத்தை மண்டிவிட்டு விக்கலெடுத்துக் கிடக்கும்போது கத்தினால், அந்தத் தொனியின் பொருள் தெரியலாம். பச்சைத் தண்ணீருக்கு அது எங்கே தெரியப் போகிறது?

நம்மவர்களும் முற்காலத்தில் தங்கள் உத்ஸாகத்தை வெளியிட ஒருவிதமாக ஆரவாரம் செய்திருக்கிறார்கள். முக்கியமாக, வெற்றியைக் கொண்டாடும்போது ஆரவாரிப்பது வழக்கம். யானைமேல் நின்றுகொண்டு 'நாவலோ நாவல்' என்று வீரன் சொல்லுவான். சேனை வீரர் அத்தனைபேரும் அதை ஒட்டி 'நாவலோ நாவல்' என்று ஒலிப்பார்கள். இந்த விதமாக ஒலிப்பதற்கு நாவலித்தல் என்று பெயர்.

தொண்டரடிப்பொடியாழ்வார் கடவுள் அடியார்களின் எக்களிப்பைச் சொல்லும்போது, எமனுடைய தூதர்களையே கொன்று வீழ்த்தி, உடல் வேறு தலை வேறாக ஆக்கி, அந்தத் தலைகளைப் பெருங் குவியலாகக் குவித்து, அந்தக் குவியலின் மேலேயே நின்றுகொண்டு, 'நாவலோ நாவல்!' என்று வெற்றி முழக்கம் செய்து, சுற்றிச் சுழன்று ஆடுவார்கள் அடியார்கள் என்று குறிக்கிறார்:

"நாவலிட் டுழிதர் கின்றோம்
நமன்தமர் தலைகள் மீதே!"

இந்த நாவலிப்புக்கு முன், 'ஹிப் ஹிப் ஹுரே' எல்லாம் நிற்குமா?

'ஜே! ஜே' என்கிற முழக்கம் ஒன்றும் தற்காலத்தில் தமிழ்நாட்டில் அடிக்கடி கேட்கிறோம். பொருத்தமான சந்தர்ப்பங்களிலே பல தடவையும் ஆர்வத்தோடேயே முழக்கி, 'ஜே' ஒலிக்கு ஒருவித சக்தி ஏற்பட்டிருக்கிறது.

பண்டைத் தமிழர்களும் வெற்றியை மிக்க ஆர்வத்தோடு பாராட்டி இருக்கிறார்கள். வெகு அழகான முறையிலும் அதை முழக்கியிருக்கிறார்கள். திருவள்ளுவருடைய குறளை வியந்து வியந்து ஒரு புலவர் பரவச நிலையில் நின்று கூறும் வாழ்த்துப்பாவின் இதய பாவமும் அழகும் எப்படி இருக்கிறது என்று பார்க்கலாம்.

மழையோடு பசுக்களை வாழ்த்துகிறார். மறை நூல்களோடு தத்துவ நூல்களை வாழ்த்துகிறார். அரசரோடு குடிகளையும் சேர்த்து வாழ்த்திவிட்டு, தன் தெய்வ குரவரான திருவள்ளுவரிடம் வருவதைப் பாருங்கள்.

"வாழிமழை ஆன் இனங்கள்
வாழிமறை ஆகமங்கள்
வாழிமனு நீதிமன்னர்
மன்பதைகள் – வாழியரோ!
தெள்ளுகுறள்ச் செந்தேன்
செவிகுளிரப் பெய்ததிரு
வள்ளுவனார் பாத
மலர்."

இந்த வெண்பாவின் தனிச் சீர் 'வாழியரோ!' என்று அமைந்ததில் வரும் 'அரோ' என்னும் முடிவு கவியின் ஆர்வத்தை எப்படி விண்ணுக்கே தூக்கிவிட்டு விடுகிறது! தற்காலத்துக் கவியான பாரதியாரும் தமிழர்களுடைய வாழ்த்தொலியை எவ்வளவாக ஈடுபட்டு அனுபவித்திருக்கிறார் என்பது,

"வானம் அளந்த(து) அனைத்தும் அளந்திடும்
வண்மொழி வாழிய வே!
எங்கள் தாய்மொழி எங்கள் தாய்மொழி
என்றென்றும் வாழிய வே!"

என்று வாய் நிறைந்த, உளம் நிறைந்த வாழ்த்திலிருந்து தெரியவரும்.

தமிழர் கடவுளிடத்துக் காட்டி வந்திருக்கிற பக்தி ஆவேசத்தைக் குறிக்கும் சொல்லும் சொற்றொடரும் தனியான நயமும் வலியும் பெற்றவைகளாய் இருக்கின்றன. பல்லாண்டு கூறுகிறதென்றால் அதிலே ஒரு மந்திர சக்தி. கால வரையறை எல்லாம் கடந்த நித்திய வஸ்துவுக்கு,

"பல்லாண் டென்னும் பதம்கடந் தானுக்கே
பல்லாண்டு கூறுது மே"

என்று அடியார் பல்லாண்டு பாடுகிறார். 'காத்தருள் வாயாக' என்று பிரார்த்திக்கும்போது,

"அஞ்சேல் என்றிங்(கு) அருளாய் போற்றி
நஞ்சே அமுதா நயந்தாய் போற்றி
அத்தா போற்றி ஐயா போற்றி
நித்தா போற்றி நிமலா போற்றி"

"போற்றி போற்றி போற்றியோ போற்றி"

என்பர் தமிழர்.

பக்தி சம்பந்தமான செய்யுள் வழக்காக இவைகள் இருக்க, தற்காலத்திலும் உலக வழக்கிலுள்ள பதங்களைப் பார்ப்போம். ஆயிரம் பேர் கொண்ட பஜனைக் கோஷ்டியில் பாகவதர் சங்கீர்த்தனம் சொன்னவுடனே கோஷ்டி முழுவதும், 'கோவிந்தா, கோவிந்தா!', 'ஹர ஹர மகாதேவா!' என்று முழக்குகிறதைக் கேட்டால், யாருக்குமே ஒரு மனஎழுச்சியும் பக்தி உணர்ச்சியும் உண்டாய் விடுகின்றன.

பக்தி உணர்ச்சியைக் கண்கூடாகக் காண வேண்டுமானால், தென்னிந்தியாவில் ஒரு இடம் இருக்கிறது; அது திருவண்ணாமலை ஸ்தலம். திருகார்த்திகை உத்ஸவத்துக்குத் தமிழ்நாடு எங்குமிருந்து பக்தர்கள் வருகிறார்கள். வருகிறவர்கள் ஐம்பதினாயிரம், அறுபதினாயிரம். திருவண்ணாமலைக்கு அன்று வந்தவர்களைத் தவிர, ஸ்தலத்துக்கு வராமலே சுற்று வட்டகையில் சுமார் பத்து மைலுக்கு ஆடவரும் பெண்டிரும் ஆங்காங்கு மந்தைகளிலும் மைதானங்களிலும் நின்று பயபக்தியுடன் மலையை மாலை ஐந்து மணிக்கே சேவிக்க ஆரம்பித்து விடுகிறார்கள்.

மணி ஆய்விட்டது. அஞ்சேமுக்கால் ஆய்விட்டது; எல்லாருக்கும் ஒரு பரபரப்பு. மணி ஆறும் ஆகிவிடுகிறது; இதயத்திலேயே

துடிப்பு. சப்தம் என்பதே இல்லை. மலையுச்சியில் ஜோதி தெரிந்துவிடுகிறது. 'அரோகரா அரோகரா அண்ணாமலைக் கரோகரா, அரோகரா அரோகரா அண்ணாமலைக் கரோகரா' – நாலா திக்கிலுமிருந்து ஒரே முழக்கம். வானமே வெடித்துவிடுமோ என்னும்படி, ஹர ஒலி ஆகிய பேரலை ஒரு திக்கிலிருந்து வேறொரு திக்குக்கு உறுமிக்கொண்டு ஓடுகிறது. எதிர்த்துத் திரும்புகிறது. பக்கத்தில் மடங்கிப் பாய்கிறது. மகத்தான காட்சி மகத்தான உணர்ச்சி அல்லவா? மக்களாய்ப் பிறந்தவர் அனுபவிக்க வேண்டியதல்லவா? திருவண்ணாமலை க்ஷேத்திரமும் இருக்கிறது. திருக்கார்த்திகை உத்ஸவமும் சீக்கிரத்தில் வருகிறது. செவி குளிர, உளம் குளிர, 'அண்ணாமலைக் கரோகரா! அண்ணாமலை கரோகரா!' என்னும் தெய்வ ஒலியைக் கேட்கலாம்.

(அக்டோபர் 1936)

7

நாம் கல்வி கற்ற முறை

பள்ளிக்கூடத்தை விட்டு வெளியே வந்த பிறகு ஏட்டைக் கட்டி இறப்பில் வைத்துவிடுவோர் நூற்றுக்குத் தொண்ணூற்றொன்பது பேர் என்றால் மிகை அல்ல. அவர்கள் பி.ஏ., எம்.ஏ. பட்டங்களைப் பெற்று, உரிய அங்கிகளை அணிந்துகொண்டு, விடுபட்ட கைதிகளிலும் மிக்க களிப்போடு வீட்டுக்கு ஒரே வேகமாய்த் திரும்பிப் போய்விடுகிறார்கள். இந்த உவகைப் பெருக்கில், தாங்கள் கல்விக் கடலின் கரையேறி விட்டதாகக் கருதி, "கற்பனவும் இனி அமையும்"* என்று உறுதி செய்து கொள்வார்களானால் வியப்பன்று. இதையொத்த மருள்கொண்ட மனநிலை காண்பதரிது. இதற்கொரு அடையாளமாகத்தான் இருள் மயமான** கருநிற அங்கியைப் போர்த்துக்கொள்ளுவது போலும்!

கல்விமேற் கைப்பு இவர்களிடத்தி லிருப்பது போல் யாரிடத்திலும் இல்லை. புஸ்தகம் என்றால் வேப்பங்காய்; உறுதி பயக்கும் ஆன்றோர் நூலெல்லாம் தலைவலி கொடுக்கும் கொடிய நஞ்சு; கவியோ மனதைப் புண்படுத்தும் பொல்லாத கருவி, "நவில்தொறும் நூல்நயம் போலும்"*** என்ற உவமானத்திலும் பொக்கான உவமானம்

---
* திருவாசகம்.

** பல்கலைக்கழகப் பட்டமளிப்பு விழாவில் பட்டம் பெற வருபவர்கள் கறுப்பு அங்கி அணிந்துகொள்ளுவது சம்பிரதாயம்.

*** திருக்குறள்

கிடையாது. "தொடங்குங்கால்த் துன்பமாய் இன்பம் பயக்கும்"* கல்வி என்றாராம். நாம் கண்டது துன்பம் ஒன்றுதான்; அதுவும், தொடங்குங்கால் இருந்ததற்கு முடிவில் இருந்தது அவ்வளவு குறைவில்லை' – என்று நமக்குக் கையடித்துக் கொடுப்பார்கள்.

கல்விமேல் இத்தகைய கைப்பு எளிதில், தானாக வந்ததா? எவ்வளவு சிரமம், எவ்வளவு செலவு ஏற்பட்டு வந்தது என்று கணித்தால் அல்லவா அதன் அருமையும் பெருமையும் தெரியவரும்!

படிக்க வைக்கும் சடங்கில் தாம்பாளத்தின்மீது ஒரு படி அரிசியைப் பரப்புவார்கள். அதில் வரைந்து எழுதுவதற்குக் கருவியாக குழந்தை கையில் ஒரு ரூபாய் கொடுப்பார்கள். பிறகு அரிசியோடு ரூபாயையும் சேர்த்து ஆசிரியருக்கு அர்ப்பணம் செய்துவிடுவார்கள். இந்த வெள்ளி ரூபாய் ஒன்றுதான் முதன்முதலாகக் கொடுக்கிற அச்சாரம்.

கற்பலகைகள் உடைய உடைய, வாங்கிக் கொண்டிருக்க வேண்டும். சின்னஞ் சிறு கைக்குள் அடங்காமல், விரல்கள் நோவ, எடுத்துச்செல்லும் நோட்டுப் புத்தகங்கள் எத்தனை, அச்சிட்ட புத்தகங்கள் எத்தனை! இவைகள் ஒருக்கால் கைக்குள் அடங்குபவையாய் இருந்தபோதிலும், அந்த அறியாச் சிறுவர் தலைக்குள் அடங்குதல் முடியவே முடியாது. பள்ளிக்கூடச் சிறையைக் கடந்த புண்ணிய ஆன்மாக்கள், கண்ணுக்கும் கருத்துக்கும் கேடென்றெண்ணி, வாங்காது வாசியாது ஒழித்தெறியும் புத்தகங்களையெல்லாம் பள்ளிப் பிள்ளைகள் தலையில் கட்டுகிற வியாபாரந்தான் என்ன? ஆங்கில நாட்டில் அச்சிட்ட புத்தகங்கள் அங்கு விலையாகாமல் கட்டிக்கிடந்தால், அடுத்த ஆண்டில் பறந்தோடி வந்து, நல்ல விலையோடு, நமது மாணவர்கள் கையில் அமர்ந்துவிடும். பள்ளிப் பிள்ளைகள் தலையிலிருக்கும் சும்மாட்டில் கண்வைத்த வண்ணமாய் நம்மவர் இப்போது எழுதிவரும் இலக்கிய இலக்கண சமய சரித்திர ஆராய்ச்சி நூற் சுமைகளைப் பற்றி உரைக்க மனம் துணியவில்லை. நூல்களை,

"எழுதாமல் ஒருநாளும் இருக்க வேண்டாம்;
இருக்கின்றார் மாணவர்கள் எண்ணில் பல்லோர்;
எடுத்தெடுத்து விலைகொடுக்கப் பெற்றோர் தாமும்
இருக்கின்றார் இருக்கின்றார் இருக்கின்றாரே"

என்பது நூலாசிரியர்களுக்குப் புஸ்தக வியாபாரிகள் பாடும் பல்லவி.

வேறொரு வியாபாரத்திற்கும் மாணவர் இலக்காகிறார்கள்; அதாவது பரீக்ஷைகள். பரீக்ஷைகளால் வரும் வரும்படி பற்றிய

---

* குமரகுருபர சுவாமிகள்.

விவாதம் சர்க்காருக்கும் பல்கலைக் கழகத்தாருக்கும் இடையே தீர்ந்தபாடில்லை. இப்போது இவ்விரு 'கம்பெனி'க்காரரும் நடத்திவரும் வியாபாரம் வளர்ந்தேறி வருகிறது. வியாபாரத்துக்கு இன்றியமையாது வேண்டப்படும் தற்காப்பு இவர்கள்பால் இல்லை என்ற எண்ணம் வேண்டாம். பரீக்ஷகளுக்குக் கட்டணம் கட்டும் நிபந்தனைகளைப் பார்த்தால் போதும். பரீக்ஷயில் மாணவன் தவறினால் 'கம்பெனி'க்காரருக்கு லாபம். ஒப்பேறிவிட்டாலோ நஷ்டம். இந்த வியாபார தத்துவத்தைப் பார்த்துத்தான், 'காந்த' விளக்குக்கு இன்றியமையாததான ஊத உகும் 'மான்றில்' என்ற வலைக்கூட்டைக் கண்டுபிடித்தான் போலும்! விளக்கில் வலைக் கூட்டை நித்தியமாய்ப் பிரதிஷ்டை செய்துவிட்டால், கோடிக்கணக்கான லாபம் எங்கிருந்து வரும்?

உத்தியோகம் கிடைக்கும் என்ற உறுதி எவ்வளவோ தற்போது குறைந்துவிட்ட போதிலும், மாணவரிடம் பரீக்ஷக்குத் திரும்பத் திரும்பப் பணம் கட்டும் விடாமுயற்சி குறைந்தபாடில்லை. பரீக்ஷகளில் மடியும் மாணவரது எண்ணின் பெருக்கையும், செங்குருதி* நீர்ப்பெருக்கையும் அதனால் பல்கலைக் கழகத்தாருக்கு உண்டாகும் வெற்றியையும் ஊதியத்தையும் பற்றி எழுதலாம் இதிகாசம்! இந்தப் புறப்பொருளின் விரிவையும் பெருமையையும் கண்டிருந்தால், புலவர் ஜயங்கொண்டார், கலிங்கரையும் சோழனையும் அப்படியே விட்டுவிட்டு,

"வீழ்க வீழ்க மாணவர்
மடிந்து வீழ்க மாணவர்!
வாழ்க வாழ்க பல்கலைக்
கழகம் வாழ்க வாழ்கவே!

என்று பரணி பாடியிருப்பாரல்லவா?

பள்ளிக்கூடத்துக்குச் செலுத்திவந்த சம்பளத்தை மொத்தமாகக் கணக்கிட்டுப் பார்த்தால், வேலை கிடையாது பரிதவிக்கும் ஏழை மாணவருக்கும் அவர் பெற்றோருக்கும் கண்ணீர் ஆறாய்ப் பெருகிவிடும். மாணவர்கள் சாதாரணமாக ஆறு வயது முதல் இருபது வயது வரையும் மாசந்தோறும் செலுத்திவந்த தொகைகளை அப்போதைக்கப்போது வட்டிக்குப் போட்டிருந்தால், உத்தியோகத்தைத் தேட வேண்டாதபடி தக்க பெருந் தொகையாய்ச் சேர்ந்திருக்கும். இதைப்பற்றி, பி.ஏ., பட்டத்தைச் சுருட்டிக் கையில் வைத்தபின் எண்ணுவது, பசித்தவன் பழங் கணக்கைப் பார்த்த கதைதான்.

---

* பரீக்ஷயில் தவறிய மாணவர் பெயர்களை சிவப்பு மையினால் அடித்திருக்கும். சிவப்பு மையை இங்கு இரத்தமென்று உபசரித்துக் கூறியிருக்கிறது.

இன்னும் ஒரு விசித்திரச் செலவு. மண்ணெண்ணெயை வற்றவைத்து வெள்ளி எழும்வரை படித்துக் கண்ணாடி போட்ட சிறு பிள்ளைகள் எத்தனை பேர்! பத்து வயதுப் பசலைகள் கண்ணாடி போட்டு உலாவுவதைப் பார்ப்பது கண்காட்சியா? சில ஆண்டுகளுக்கு முன், ஒரு பள்ளிக்கூடத்துக் காலேஜ் வகுப்புப் பிள்ளைகளின் கண்களை வைத்தியர் வந்து பரிசோதித்ததில், நூற்றுக்கு ஐம்பது பேர் கண் ஊனம் என்றும், அதனால் கண்ணாடி போட வேண்டும் என்றும் ஏற்பட்டுவிட்டதாம். இதிலிருந்து, கல்வி இலாகாவுக்கும் கண்ணாடி வியாபாரிகளுக்கும் பற்று வரவு உண்டோ என்று சந்தேகிக்க இடந்தருகிறது!

இவ்வளவெல்லாம் செலவு செய்த பிறகு கல்வி வந்ததா? இல்லை. கலைகள் சம்பந்தமாகவும், சரித்திர சம்பந்தமாகவும், இலக்கிய இலக்கண சம்பந்தமாகவும் விலை கொடுத்துப் புஸ்தகங்கள் வாங்கியதற்கும் கண் பூத்துப் போகப் படித்ததற்கும் குறைவில்லை. அதற்கு வரவு வந்த படிப்புத்தான் மூன்று கலமும் பூஜ்யம்!

சரித்திர பாடங்களைப் படித்துப் படித்துப் பதக்கமும் பெற்று விடுவார்கள்: ஜப்பான் சரித்திரமும் ஜெர்மன் சரித்திரமும் "அண்ணாவிக்குப் பாடம்"* என்றுகூடச் சொல்ல முடியாது.

மின்சார விளக்கு எப்படி ஒளி வீசுகிறதென்பது தெரியாது; மின்சார தத்துவத்தைப்பற்றியோ நீண்ட நீண்ட ஆராய்ச்சி!

வான சாஸ்திரம்பற்றித் தீருகிற கணக்குகள் அபாரம்; செவ்வாய், புதன், வியாழன், சனி எவையோ தெரியாது; வெள்ளியைப் பார்க்கவோ தூரதிருஷ்டிக் கண்ணாடி வேண்டும்!

ஆஸ்திரேலியா, கானடா முதலான நாடுகளிலுள்ள காற்றியக்கம், மழையின் போக்கு, நிலத்தைப் பற்றிய அடிப்படை பேதங்கள், நிலவளத்தை ஒட்டி ஓடும் ரயில் பாதைகள், வியாபார நோட்டங்கள் இவைபோன்ற எண்ணிறந்த விஷயங்கள்பற்றி மாணவர்கள் அக்கறையோடு பெருத்த ஆராய்ச்சி செய்கிறார்கள். இதைப் பார்த்தால், நாம் அந்நாடுகளில் கால் வைக்கக்கூடாது என்று இப்போதிருக்கிற அரசியல் தத்துவமானது ஏதோ இன்னும் நாலைந்து வருஷத்தில் ஒழிந்துபோய், அந்நாடுகள் நமது சுயராஜ்யாதிபத்தியத்தின் கீழ் வந்து, அவைகளை அடக்கியாளும் பொறுப்பும் நமக்கு ஏற்பட்டு, துரைத்தன நிர்வாகத்துக்கு நம் மாணவர் உத்தியோகஸ்தராய் அந்நாடுகளுக்குப் போகவேண்டி நேரிடும்போலும் என்று எண்ண இடந்தருகிறது! ஆனால், இம்மாணவருக்கு நாம் ஓடி ஆடித் திரியக் கூடிய நமது நாட்டைப் பற்றியோ பாடமே கிடையாது. கல்கத்தாப் பல்கலைக்கழகத்து

* அண்ணாவி – உபாத்தியாயர்.

எம்.ஏ. ஒருவருக்கு பம்பாய் எவ்விடத்துள்ளது என்று தெரியாது போயிற்றென்பது உலகப் பிரசித்தம். நமது சென்னைப் பல்கலைக் கழகத்து எம்.ஏ.க்களைப் பற்றி அத்தகைய உலகப் பிரசித்தம் ஏற்படவில்லை; அவர்களோடு பூமி சாஸ்திர சம்பந்தமாய் அளவளாவிய பின்தான் ஏற்படும் போலும்!

ஆங்கில மொழியை எழுதவும் பேசவும் பயிலும் முறையைப் பார்த்து அழுகிறதா சிரிக்கிறதா என்று தெரியவில்லை. ஆரம்பத்தி லிருந்து அந்தம் வரை பண்டைய நூல்கள்தான் பாடம். வழக்கொழிந்த இலக்கியங்களைக் கற்றுத் தற்கால வழக்குக்குரிய நூல்களைத் தொடாமலே இருந்துவிட்டால், எழுதுவது எப்படி 'இங்கிலீஷ்' ஆகும்? வெள்ளைக்காரர் கைகொட்டிச் சிரிப்பதற்கு இலக்கியமான 'பாபு இங்கிலீஷ்' அல்லது 'பொட்லர் இங்கிலீஷ்' ஆகத்தான் முடியும்.

ஆங்கிலத்தில் சுவிகளைக் கற்பதற்கும் அளவில்லை. முதல் பாரத்து வகுப்புக்கு முந்தின வகுப்புக்குள்ளேயே டெனிஸன், ஷெல்லி முதலான கவிகள் புகுந்து பிள்ளைகளை 'தொம்ஸம்' பண்ண ஆரம்பித்து விடுகின்றனர். இவர்களால் பிள்ளைகள் படும்பாடு சொல்லி முடியாது. அதைவிட, அக்கவிகளுக்குத்தான் சித்ரவதை. செய்யுள்களைக் கீறிக் கீறி எழுவாய் பயனிலை களை வெளியே பறித்தெடுத்து, அடிகளையும் சீர்களையும் கணுக்கணுவாய் முறித்து வாசகமாக்கி, கரும்பை ஆலையிலிட்டுச் சக்கையாக்குவதுபோல் பொழிப்புரையும் ஆக்கிச் செய்கிற கொடுமையைக் கண்டு விண்ணில் உள்ள அக்கவிகள் உகுக்கும் கண்ணீர்ப் பெருக்குத்தான் மழைபோலும் என்று கற்பனை கட்டலாம். கரும்பாலைக்குள் செய்யுட்களோடு மாணவரும் செல்லுகிறார்கள் என்றால் உண்மைதான். ஆங்கிலக் கவிகளைக் கற்கும் முறை இது.

தமிழ்க் கவியின் வாசனையே இன்னதென்று தெரியாது, தமிழ்ச் செய்யுளை வாசிப்பது முடியாத காரியம். ஆனால், அதில் கௌரவக் குறைவு ஒன்றும் இல்லை. அவர்களுடைய உயரிய சித்தாந்தம் தமிழில் கவியே இல்லையென்பது. இப்படித் தாய் மொழியிலே கவிநயம் காணமுடியாத படாடோபிகள் ஆங்கிலக் கவிகளின் சுவையைப் பருகிவிட்டோம் என்பது ஆகாயத் தாமரையில் அத்தர் வடித்தோம் என்று சொல்லுவது போலத்தான்.

இவ்வாறெல்லாம் பாழாய்ப்போன காலத்தையும் பொருளை யும் கணக்கிட்டுப் பார்த்தபிறகு ஒன்று தெளிவாயிற்று. அது யாதெனில், 'பணத்தைக் கொடுத்துப் பைத்தியத்தை விலைக்கு வாங்குதல்' என்ற பழமொழியின் செம்பொருள்.

பணத்தைக் கொடுத்து வந்ததுதான் இது. பணங்கொடாது சமுதாயப் பழக்கத்தால் கற்கக் கூடிய இன்பக் கலைகளின் நுட்பத்தைக் கண்டறிந்த விதத்தை என்னென்று கூறுகிறது! மேல் நாட்டு நிபுணர்கள் உலகில்ச் சிறந்தன என்று கொண்டாடுகிற நம் நாட்டுச் சித்திரங்கள், சிற்பங்கள், கட்டிடங்கள், கோயில்கள் முதலான அற்புத சிருஷ்டிகளைப் பார்த்தால் இவர்கள் திருதராஷ்டிரராகத் 'திறுதிறு' என்று விழிக்க வேண்டியதுதான். இசை சம்பந்தப்பட்டமட்டில் இவர்களுக்கு ராக வேற்றுமைகள் எல்லாம் பாகவதர்கள் ஒத்துப் பேசிக் கட்டிச் சொல்லும் ஏமாற்றமேயாகும். குறளை ஆங்கில மொழிபெயர்ப்பில் வாசித்தால் குற்றமில்லை; தமிழிலேயே வாசிக்கிறது பி.ஏ.க்களுக்குக் குறைவுதான்; கம்பராமாயணம் படிப்பதைப்போல் அநாகரிகம் வேறில்லை!

சில ஆண்டுகளுக்குமுன் ஸ்ரீ. லாலா லஜபதிராய் அமெரிக்காவில் கொஞ்சகாலம் வசிக்கும்படி நேர்ந்தது. அக்காலத்தில் அமெரிக்கர் பலர் அவருக்கு உற்ற நண்பர் ஆயினர். பல இடங்களிலும் பல சந்தர்ப்பங்களிலும் அவர்களோடு உறவாட அவருக்குச் சமயம் வாய்த்தது. அங்கு அனுபவித்ததைப் பற்றி அவர் பின்வருமாறு எழுதுகிறார்: "அமெரிக்கர்களில் சாமான்ய மக்களுக்கே எத்தனையோ விஷயங்களில தேர்ச்சி இருக்கிறது. உல்லாச சமயங்களில் விருந்தினரை உவகையூட்டப் பாட்டும் கவியும் கூத்துமாக ஏராளமான சரக்கு வைத்திருக்கிறார்கள். பல்கலைக்கழகங்களில் பட்டம் பெற்றவரோ ஒரு கூட்டத்திடையில் எளிதில் அணிகலமாய் விளங்குகிறார்கள். அவர்களிடையில் நான் மாத்திரம் ஒன்றுக்கும் உதவாதவனாய்த் தோன்றினேன். இந்தியப் பள்ளிக்கூடங்களில் படிப்பது எவ்வளவு பயனற்றதென உணர்ந்தேன். பல்கலைக் கழகம் எனக்களித்த பட்டம் பொய்ப் பட்டம் என்று நாணினேன். அவர்களிடம் நான் ஒரு 'பி.ஏ., பி.எல்.' என்று சொல்வது அவமானமாயிருந்தது. என்னுடைய அறியாமையை நோக்கி அவர்கள் உள்ளுக்குள் நகையாடிக் கொண்டார்கள்."

இந்தியப் பல்கலைக்கழகம் ஒன்றிலே தோன்றிய சிறந்ததோர் மணியான லாலா லஜபதிராயரின் பாடு இதுவென்றால், நம்முடைய நிலைமை எவ்வாறிருந்திருக்கும்? பல்கலைக் கழகத்தைத் "தாய்" என்று உபசரிப்பது மேல் நாட்டார் வழக்கு. அதற்கிணங்க, நமது பல்கலைக் கழகத்தாய்க்கு வாயார வழுத்தவேண்டிய புகழ் இதுதான்:

> "பெற்றாளே பெற்றாள் பிறர்நகைக்கப் பெற்றாளே
> எற்றோமற் றெற்றோமற் றெற்று."

இவ்வளவும் நூற்றுக்குத் தொண்ணூற்றொன்பது பேர் விஷயத்தில் உண்மை. ஏதோ ஒருவர் இருவர் அறிவாளிகளாக இருக்கலாம்; பள்ளிக் கூடங்கள் அவர்களுடைய மனோசக்தியை அமிழ்த்திவிட எவ்வளவோ முயன்றும், முக்குளித்துத் தப்பிவந்த அபூர்வ திறம் படைத்தவரென்றே அவர்களைக் கருதவேண்டும். இப்படியெல்லாம் கல்விப் பொருள் பற்றிய 'இன்ஸால்வெண்டுகள்' ஆகிவிட்டது மாணவரின் குற்றமல்ல. ஆசிரியர்களுக்கு ஒருவாறு பொறுப்பு இல்லையென்றும் சொல்லலாம். காரணமெல்லாம் கல்வி இலாகாவின் கட்டுப்பாடுதான். இலாகாத் தலைவர் ஆங்கிலேயராயிருப்பதால் நம் மாணவன் ஒருவனோடும் பேசி அறியார். அவனுக்குத் தெரிந்தன தெரியாதன இன்னவென்றும், உவப்பன வெறுப்பன இவை யென்றும், வேண்டுவன வேண்டாதன இவை யென்றும் தெரியாது, தெரிய முயல்வதும் இல்லை. இவன் கல்வி பயிலும் முறையை அவர் வகுப்பது எப்படி?

கல்வி இலாகா பழமையைப் பற்றுவதுபோல் உடும்புக்கும் பற்ற இயலாது. இறந்தொழிந்து போன முறைகளைக் கையாண்டு கையாண்டு, கல்விப் பயிற்சியில் உயிர்த் தத்துவம் அணுவளவும் இல்லாமல்ப் போயிற்று. தற்போதுள்ள கல்வி இலாகாவின் சட்ட திட்டங்களும் கற்பிக்கும் முறைகளும் அறவே ஒழிந்து, புத்தம் புதிய முறைகள் கையாளப்பட்டாலன்றி உயர்தரக் கல்வி நம் மாணவருக்கு உண்டாகும் என்று எண்ண இடமில்லை. உயர்தரக் கல்வியின் தத்துவத்தை பி.ஏ. வகுப்பிலே இருபதாவது வயதில் ஆரம்பிப்பது, பட்டுப்போன மொட்டைப் பனைக்குக் கொத்திக் கொடுத்து நீர் வார்ப்பதுதான். உயிரையும் உணர்வையும் உறிஞ்சிவிடும் பாட புஸ்தகத்தைக் கையால் தொடுவதற்கு முன்னதாகவே ஆரம்பித்துவிட வேண்டும். அறிவின் சுவையைப் பருக ஐந்திலேயே பயிற்ற வேண்டும்; அறுபதுக்கு ஒத்திவைக்கக் கூடாது.

உயர்தரக் கல்வியைப் புகட்டுவதற்கு ஒரே வழி, ஒரே தந்திரம்: மாணவருக்குக் கற்பிக்கப்படும் ஒவ்வொரு பொருளும் அவர்கள் பருவத்துக்கு ஒத்ததா, அவர்கள் அனுபவத்தோடு ஒன்றக் கூடியதா, அவர்கள் மனம் ஈடுபடக் கூடியதா என்று ஆசிரியர் கருதிக் கருதிக் கற்பிக்கப் புகவேண்டும். இவ்வாறு மாணவர்கள் கற்பிக்கப்படுவார்களானால் எத்தனையோ கல்வித் துறைகளில் இறங்கியாட அவா உண்டாகி, அத்துறைகளில் முழுகி முழுகிப் புதிது புதிதான மணிகளை எடுத்து உலகுக்கு உதவும் மேதைகள் ஆவர். உள்ளிருந்து ஆவேசம் பொங்கித் ததும்பக் கலைகளையும் கவிகளையும் ஆய்ந்து கற்கத் தலைப்படுவர். அதுவே இன்பம், அதுவே செல்வம் என்று சாந்துணையும் கல்லாரோ?

ஏனைய பொருளெல்லாம் பொய்க்கும் பொருளென்று கருதி விடாரோ? இப்போதுள்ளபடி, 'பொருள் மகள்' கடாக்ஷம் குறித்தா கலைமகளை வழிபடுவார்? கலைமகள் கடைக்கண் கொழிக்கும் கருணை வெள்ளத்திலேயே குடைந்து குடைந்து பரவசமாகாரோ?

> தொழுவார், வலம்வரு
> வார்துதிப் பார்தம்
> தொழில்மறந்து
>
> விழுவார், அருமறை
> மெய்தெரி வார், இன்ப
> மெய்புள கித்(து)
>
> அழுவார், இருகண்ணின்
> நீர்மல்கு வார் என்னை
> ஆளும்அன் னை
>
> வழுவாத செஞ்சொல்க்
> கலைமங்கை பால்அன்பு
> வைத்தவ ரே.*

என்னும் பொய்யில் புகழுக்கு இலக்கியமும் ஆவர் அன்றோ!

(மே 1927)

---

*. சரசுவதி அந்தாதி.

8

கருத்தும் கவியும்

கோடானுகோடி பிறவிகளுக்குள் எல்லாம் புகுந்துவந்த போதிலும் நாம் ஒவ்வொருவரும் தனிப்பண்பு படைத்த சிருஷ்டிதான்.

அப்படியேதான் கலை சம்பந்தமான ஒவ்வொரு சிருஷ்டியும். மயிலாப்பூர்க் கோபுரம், தஞ்சாவூர்க் கோபுரம், திருச்செந்தூர்க் கோபுரம் இவைகளின் நிமிர்ந்த கம்பீரமான உருவம் பிறப்பதற்கு, இதர தேசங்களிலிருந்து அங்கொரு சாயல், இங்கொரு படைப்பு, இன்னும் முடிச்சுகள், குழிவுகள், கூர்மைகள் எல்லாம் நாளாவட்டத்தில் வந்து உதவியிருக்கும். இவைகளில் சில தெரிந்து வந்து உதவியவை; தெரியாமலே வந்து உதவியவையும் உண்டு. எப்படி வந்தன, எப்போது வந்தன என்று கணக்கிட்டுச் சொல்லுவது முடியாத காரியம்.

காவியம் எதை எடுத்துக்கொண்டாலும் – எவ்வளவு புராதன காவியமாய் இருந்தாலும், வால்மீகியானாலும் சரி, ஹோமர் ஆனாலும் சரி – எத்தனையோ இதர தேசத்து விஷயங்களும் கற்பனை களும் பாவங்களும் உள்ளூறிக் கிடக்கவே செய்யும். ஆனாலும், மேலே சொன்ன கோபுரங்கள் எப்படி நிலவுலகத்தில் தனித்த சிருஷ்டிகளாக நிமிர்ந்து நிற்கின்றனவோ அப்படியேதான் காவியங்களும் தனித்த சிருஷ்டிகளாகத் தலைசிறந்து விளங்குகின்றன.

கவிஞர் சுப்பிரமணிய பாரதியார் ஆங்கிலக் கவிகளை ஆர்வத்தோடு சிரத்தை எடுத்துப் படித்துப் பார்த்தவர்தான். ஆனால், பள்ளிக்கூடத்தில்

ஆசிரியர்களிடம் ஆங்கிலக் கவிகளைக் கற்றுப் பரீக்ஷை எழுதி மார்க்கு வாங்கினவர் அல்ல. உயர்ந்த கவிகளைத் தாமாகவே கற்று, விஷயங்களை அறிந்துகொண்டவர் அவர். அதுகாரணமாக, ஆங்கிலக் கவிஞர்கள் அனுபவித்த விஷயங்களைத் தாமும் ஒத்து அனுபவித்தவர்.

அனுபவித்தது விஷயத்தைத்தான் என்று சொல்ல வேண்டும். கவியின் பாவம் உருவம் எல்லாம் தெரிந்துவிட்டது என்று சொல்லவேண்டியதில்லை. ஆங்கிலேயர் அல்லாத அயலாருக்கு பாவம் உருவம் முதலிய கவியின் முக்கிய அம்சங்கள் சாமானிய மாய்த் தெரிந்துவிடும் என்று சொல்லுவதெல்லாம் படாடோபம் அல்லது உபசார வழக்குத்தான். இதையெல்லாம் அறிந்து வெளிப்படையாகச் சொல்லுபவர்தான் பாரதியார். இப்படிச் சொல்லுவதை அவருடைய செய்யுட்களில் இன்றும் பார்க்கலாம்.

பாரதியார் அனுபவித்த ஆங்கிலக் கவி ஒன்றை இப்பொழுது பார்க்கலாம்.

டெனிஸன் பிரபு என்ற கவிஞர், 1809ஆம் வருஷம் பிறந்து எண்பத்து மூன்று வயது வரையும் தீர்க்காயுசுடன் இருந்தவர். ஆங்கில அரசாங்கத்து சமஸ்தானப் புலவராகவும் நெடுநாள் இருந்தார். ஆங்கிலேயர் அவருடைய கவிகளை வெகுவாகப் பாராட்டி வந்தார்கள். அவருடைய கவிகளில் எல்லாம் சிறந்தது, நண்பர் ஒருவர் இறந்துபோன போது ஆற்ற முடியாத துயரத்துக்கு ஆளாகிப் பாடிய ‘இன்மெமோரியம்’ என்ற சரமகவிக் கோவை என்று சொல்லுவார்கள்.

அதில் ஒரு கவி:

யாருக்கும், ஒரு துயரம் மனசைத் தாக்கினால், சம்பந்த மில்லாத பிற துயரங்களும் தாக்க வருவது இயல்பு. தன் ஆருயிர் நண்பன் (ஆர்தர் ஹாலம்) இறந்தது பற்றி வந்த துயரத்தால் சம்பந்தமில்லாத வேறு துயரங்களும் வந்து டெனிஸனுடைய மனசைத் தாக்குகின்றன.

தாக்குகிற நேரம், வருஷத்தின் கடைசி நாளான டிசம்பர் மாதம் முப்பத்தோராந் தேதி இரவு மணி பன்னிரண்டு. பழைய வருஷத்தின் இறுதியையும் புதிய வருஷத்தின் பிறப்பையும் குறிப்பதற்காக இங்கிலாந்திலுள்ள கிறிஸ்தவக் கோயில்களில் மணியடிப்பதுண்டு. பற்பல கோயில்களிலுமிருந்து மணியோசை வந்து ஒரே முழக்கமாக முழங்குகிறது. பனி, குளிர், நிசப்தம் இவைகளுக்கூடே உருவிப் பாய்ந்த மாதிரி மணி முழக்கம்.

“ஐயோ, மக்கள் எல்லோரும் துயருக்கே ஆளாய் இருக்கிறார் களே! விமோசனம் உண்டென்று சொல்லுவதற்கு இடமில்லாமல்

அவர்கள் அறிவு எவ்வளவாக மங்கியிருக்கிறது. சென்று போகிற வருஷத்தோடு அவைகளும் தொலைந்து போய், ஆனந்தமும் அறிவும் புது வருஷத்தோடு தலையெடுக்கக் கூடாதா?" என்று கவிஞர் எண்ணுகிறார். அவருடைய காதில் மணியோசைகள் வந்து தட்டுகின்றன. கவியின் *சாராம்சம்* இது:

(1) ஓ, கண்டாமணிகளே, முழங்குங்கள்! உங்கள் முழக்கம் வானத்தையே எட்டவேண்டும்.
அங்கு துன்பச் சாயலான மேகம் ஓடுகிறது. விண் மீனின் ஒளிகூட மங்கிய வண்ணமாய் நிற்கிறது.
இந்த மேகமும் ஒளியும் தொலையும்படி, கண்டாமணிகளே, முழங்குங்கள்!
இந்த நள்ளிரவில் பழைய ஆண்டானது சாகப்போகிறது.
அது சாகும்படி நன்றாய் முழங்குங்கள்.

"அடடா, புதியவையாய், உயிருள்ளவையாய், எத்தனையோ உண்மைகள் பிறக்கின்றன. அவைகளை ஒழிப்பதற்கு உயிரற்ற விஷயங்களைப் 'பழையன' என்ற ஒரு காரணத்தினால், பெருமை கொடுத்து முன்னணிக்குக் கொண்டு வருகிறார்களே! அரசியல், பொருளியல், கலையியல் இவற்றிலுந்தான் இந்த ஈவிரக்கமற்ற தொழிலும் பிரசாரமும் நடக்கிறது. உலகம் என்றைக்குச் சீர்திருத்தப் போகிறதோ" என்ற துயரம்:

(2) பழையன கழிய முழங்குங்கள்.
புதியன புகவும் முழங்குங்கள்.
இதயத்தை உறையச் செய்யும் உறைபனி ஒழிய வேண்டும்.

பழைய ஆண்டு ஒழிகிறது, ஒழியட்டும்.
பொய் போகவும், பொய்யல்லாத மெய்வரவும் முழங்குங்கள்.

(3) வறுமையும் துயரமும் பாவமும் ஒழிக.
அன்பின்மையும் இரக்கமின்மையும் ஒழிக.
துயர் கொண்ட என் புன்கவி ஒழிக.
இன்ப மயமான உயர் கவி வருக.
முழங்குங்கள், கண்டாமணிகளே!

இன்னொரு செய்யுளின் *சாராம்சத்தையும்* பார்ப்போம்.

(4) தொன்மை தொன்மை என்னும் வியாதி நீங்குக.
தனக்குத் தனக்கு என்று இதயத்தை ஒடுக்கும் பொன்னாசை ஒழிக.
பூர்வமாக வந்துள்ள ஆயிரக் கணக்கான சச்சரவும் போரும் ஒழிக.
அன்பும் அமைதியும் நிறைந்து, ஆண்டு ஆண்டாய் ஆயிரம் வருக.
கண்டாமணிகளே,
முழங்குங்கள்! முழங்குங்கள்!! முழங்குங்கள்!!!

டெனிஸன் செய்யுள் ரூபமாக எழுதிய கவியை ஒருவாறு சுட்டிக்காட்டிய மாதிரிதான் இருக்கிறது. மேலே கண்ட தமிழ் வசனம். ஆனாலும், உருவகம், விளி, முறை வைப்பு – எல்லாம் நேர்நேராகத்தான் அமைந்திருக்கிறது.

டெனிஸனுடைய கவியை பாரதியார் மூலத்தில் வாசித்தார். மூலத்தில் உள்ள சோகம் எப்படியோ பாரதியாருக்கு ஆங்காரத்தை உண்டு பண்ணிவிட்டது. ஆங்கார பாவம் தமிழ்ச் செய்யுளாக உருவம் எடுத்தது.

~ ~

மக்கள் கோழைகளாய் இருக்கிறார்கள் என்பதும், உடல் உணர்வு எல்லாம் சோர்ந்து போயிருக்கிறது என்பதும், சாதாரண உணர்ச்சிதான். டெனிஸனுக்குப் புலப்பட்டது நமக்கும் புலப்பட்டதுதான். ஆனால் அது, தனியான பாவத்தோடு பாரதியாரின் மனக்கண்முன் நிற்கிறது. நாட்டின் கீழான தன்மை எல்லாம் ஒழியவேண்டும் என்கிறார் பாரதி:

“வலிமை யற்ற தோளி னாய்
போ போ போ!
மார்பிலே ஒடுங்கி னாய்
போ போ போ!
பொலிவிலா முகத்தி னாய்
போ போ போ!
பொறி யிழந்த விழியி னாய்
போ போ போ!”

வேண்டாதவனொருவன், வீட்டுக்குள் எப்படியோ வந்து உட்கார்ந்திருக்கப் பார்த்து, “வெளியே போ, போய்விடு” என்று அவன் பிடரியைப் பிடித்துத் தள்ளித் தெருவுக்கே துரத்தின மாதிரி இருக்கிறது. “போ போ போ” என்று தாளத்தில் வார்த்தையை வைத்தவுடன், துரத்தும் காட்சி நம் கண்ணுக்கெதிரே வந்து விடுகிறது.

“ஒலி யிழந்த குரலி னாய்
போ போ போ!
ஒளி யிழந்த மேனி யாய்
போ போ போ!
கிலி பிடித்த நெஞ்சி னாய்
போ போ போ!
கீழ்மை என்றும் வேண்டு வாய்
போ போ போ!”

“அடிமைப் பதவி வேண்டுமென்றே சதா பாவலாப் போட்டுக் கொண்டிருக்கும் ஜன்மமே! கண்முன் நில்லாதே, போய்த் தொலை” என்ற கோப பாவம் பொங்குகிறது.

“சரியான அடிமையடா நீ! உன் தாய் பாஷை உனக்கு ஆகவா செய்யும்? மாட்டாது. வேறொரு பாஷைக்குமே நீ அடிமை என்பது தெரியவேண்டாமா?” என்று கதறுகிறார் கவி:

“வேறு வேறு பாஷை கள்
கற் பாய் நீ!
வீட்டு வார்த்தை கற்கி லாய்
போ போ போ!
நூறு நூல்கள் போற்று வாய்
மெய் கூ றும்
நூலில் ஓத்(து) இயல்கி லாய்
போ போ போ!”

“நீ படிக்கிற புஸ்தகம் எல்லாம் பொய் மயம். அவைகளுக்கு வழிபாடெல்லாம் செய்வாய். உண்மையைச் சொல்லும் நூல்களையோ புறக்கணிப்பாய். ஏதோ வாசிக்க நேர்ந்துவிட்டால், ‘அதெல்லாம் அனுஷ்டானத்துககு அல்ல ஸார்’ என்று நழுவப் பார்ப்பாய். வேண்டாத வியாக்கியானம் செய்து, உண்மையைப் பொய்யென்று சாதிக்கப் பார்ப்பாய். இப்படி யெல்லாம் பேசி, உயர்ந்த கலைகளையும் வாழ்க்கையையும் குட்டிச்சுவராக்கி விட்டாய். பிறர் இகழ்ச்சிக்குத் தானே உன் வாழ்க்கை லக்ஷியமாய்ப் போய்விட்டது!” என்று தலையில் அடித்துக் கொள்ளுகிற பாவம்!

“மாறு பட்ட வாத மே
ஐந் நூ று
வாயில் நீள ஓது வாய்
போ போ போ!
சேறு பட்ட நாற்ற மும்
தூ றும் சேர்
சிறிய வீடு கட்டு வாய்
போ போ போ!”

ஆங்கார தேவதையின் தாண்டவத்தைப் பார்த்தோம். இனி, அன்பும் அருமையும் சேர்ந்து ஆடும் தாண்டவம்.

நல்ல காலம் பிறந்து, நம்மவருக்கு அறிவு மேம்பட்டு, சத்தியத்தில் ஆர்வம் தோன்றி, வீரம் ஆனந்தம் ஞானம் எல்லாம் உண்டாகி விடுகிறது. எதிர்காலத்தில் அவர்கள் கண்ணுக்கொரு விருந்தாக விளங்குகிறார்கள். கவி எப்படி வரவேற்கிறார் பாருங்கள்.

(முன்னம், ‘போ போ போ’ என்றார் கவிஞர். இப்போது:)

“ஒளிப டைத்த கண்ணி னாய்
வா வா வா!
உறுதி கொண்ட நெஞ்சி னாய்
வா வா வா!

களிப டைத்த மொழியி னாய்
    வா வா வா!
கடுமை கொண்ட தோளி னாய்
    வா வா வா!
தெளிவு பெற்ற மதியி னாய்
    வா வா வா!
சிறுமை கண்டு பொங்கு வாய்
    வா வா வா!
எளிமை கண்டி ரங்கு வாய்
    வா வா வா!
ஏறு போல் நடையி னாய்
    வா வா வா!"

"உண்மையைச் சொல்லும் நூல்களையே ஆதரிப்பாய். பொய்யை எழுத இதோ நான் என்று கச்சை கட்டமாட்டாய். பொய்ப் பிரசாரம் செய்யும் நூல்களைப் பாடமாக வைக்கவே மாட்டாய்; அக்கினிக்கு இரையாக்கிவிடுவாய்" என்கிறார். அப்பேர்ப்பட்ட நல்ல ஆன்மாவைப் பார்த்து 'அப்பா வா!' என்று அழைக்கிறார்.

"மெய்மை கொண்ட நூலையே
    அன் போ டு
வேத மென்று போற்று வாய்
    வா வா வா!
பொய்ம்மை கூறல் அஞ்சு வாய்
    வா வா வா!
பொய்ம்மை நூல்கள் எற்று வாய்
    வா வா வா!"

"ஏதோ ஒரு சாபங் காரணமாகவே இந்தக் கீழான நிலையில் இருக்கிறோம்." (எப்போது காரணம் கற்பிக்க முடியவில்லையோ, சாபம் என்றுதானே சொல்லிவிட வேண்டும்!). "இந்தப் பாழாய்ப் போன சாபம் நீங்குவதற்கான மனவலியும் உடல் வலியும் படைத்த மகனே! வருவாயாக" என்று ஆலிங்கனம் பண்ணுவதற்குக் கைகளை நீட்டுகிற பாவம்:

"நொய்மை யற்ற சிந்தை யாய்
    வா வா வா!
நோய்கள் அற்ற உடலி னாய்
    வா வா வா!
தெய்வ சாபம் நீங்க வே
    நங் கள் சீர்த்
தேச மீது தோன்று வாய்
    வா வா வா!

ஒரே விஷயத்தைத் தான் டெனிஸனும் சொன்னார், பாரதியாரும் சொன்னார். சோகந்தான் பாவம், டெனிஸனிடம்; நம்பிக்கை பாவமும் கொஞ்சம் இருக்கிறது. ஆனால், பாரதியார் பாவம் முற்றிலும் வேறு; உருவம், துள்ளல், தாளம் எல்லாம் வேறு. மூலத்துக்கும் பாரதியார் பாடலுக்கும் சம்பந்தமே இல்லை என்று சொல்லும்படி அவ்வளவு வேறுபட்டது. ஏதோ டெனிஸன் எழுதிய ஆங்கிலக் கவி பாரதியாரை அந்த விஷயங்கள் சம்பந்தமாகச் சிந்திக்கச் செய்தது; அவ்வளவுதான். உணர்ச்சி எழுந்ததும், அதற்குத் தக்கபடி தமிழ்ச் செய்யுள் வந்து உதவியதும், பாவங்களின் புதுமையும் வேகமும் எல்லாம் தனி. 'போகின்ற பாரதம்' 'வருகின்ற பாரதம்' என்ற இந்த இரண்டு கவிகளும் பாரதியின் சிறந்த பாடல்களைச் சேர்ந்தவை; உண்மையான சிருஷ்டிகளே, தமிழ் மக்களின் தனியான நடனங்கள் தான்.

~

9

தமிழுக்கு வாய்த்த அரும் புதல்வன்

இந்த உலகில்ச் சிலர் முஷ்டி யுத்தத்துக்கென்றே பிறக்கிறார்கள். அப்படிப் பிறந்தவர்களில் ஒருவர் வெ.ப. சுப்பிரமணிய முதலியார் அவர்கள். முஷ்டி யுத்தம் செய்ய வேண்டிய அவசியம் இரண்டு கைகளிலும் உள்ள தசை நரம்பு எலும்புகளில் அமைந்து கிடக்கிறது. உடல் உறுப்புக்களில் கிடப்பது ஒருபுறம் இருக்க, ரொம்ப ஆழமாயும் அசைக்க முடியாதபடியும் பதிந்து கிடப்பது உள்ளத்தில்த்தான்.

கைக்குத்துச் சண்டைக்குப் பயின்றிருந்தால், முதலியாரவர்கள் உலகப் பிரசித்தி பெற்ற வீரர் களை ஒரு கை பார்த்திருப்பார்கள். எஞ்சினீர்த் தொழிலில்ப் பிரவேசித்திருந்தால், குறைந்த பக்ஷம் பொதிகை மலையையாவது ஒரு குடை குடைந்து, மலையாளத்து மழை வெள்ளத்தைக் குடைசல் வழியாக வடித்து, தமிழ்நாட்டை வளம்படுத்த முயன்றிருப்பார்கள். அவர்கள் கைக்குமுன் பாறைகள் எல்லாம் நொறுங்கிப் போயிருக்கும்.

எஞ்சினீர்த் தொழில் இல்லை என்றால் ஜாதகம் பொய்த்தா போய்விடும்? பாறைகளும் கருங்கல்லு களும் தமிழில் இருக்கத்தானே செய்கின்றன.

பதினாறு வயதாய் இருக்கும்போதே தமிழிலுள்ள சிலேடை, திரிபு, யமகம் என்ற தமிழ்க் கற்பாறைகளை உடைக்க ஆரம்பித்துவிட்டார்கள். இந்த வர்க்கத்துச்

சித்திரக் கவிகள் எவ்வளவு வைரம் பாய்ந்திருந்தாலும் முதலியார் அவர்கள் கைக்கு வந்தால், தாமாகப் பிதிர்ந்து போய்விடும். தமிழ் பாஷை இடம் கொடுக்கக் கூடிய சிலேடை வின்னியாசங்களை எல்லாம் ஒருவாறு அளந்துவிட்டார்கள். அதனாலேயே, 'நெல்லைச் சிலேடை வெண்பா'வை (நூறு செய்யுள்) எளிதில் செய்துவிட முடிந்தது. அது அந்தக் காலத்து (ஐம்பது வருஷத்துக்கு முந்திய காலத்துப்) புலவர்களுக்கும் கவிராயர்களுக்கும் பெரும் வியப்பாகவே இருந்தது. சிலேடை, யமகங்களிலுள்ள விசித்திரங்களை அனுபவித்துப் பழகியவர்களுக்குத்தான் நெல்லைச் சிலேடை வெண்பாவின் திறம் தெரியவரும்.

தமிழ் நூல்களை முறையாகப் படித்து முடித்தவர்கள் கூட, காஞ்சிப் புராணமும் தணிகைப் புராணமும் 'இருப்புக் கடலை' என்று சொல்லுவார்கள். அவற்றின் பாட்டுக்கள் ஒவ்வொன்றிலும் அநேகமாய்ப் பலமான முடிச்சு, ஒன்றோ இரண்டோ போட்டு வைத்திருக்கும். ஆனால், முதலியாரவர்கள் எப்படியாவது முடிச்சுக்களை இழை இழையாக அவிழ்த்து, இழைகளைக் கையில்த் தூக்கி உதறிக் காட்டுகிற மாதிரி, அச்செய்யுட்களிலுள்ள பொருள்களை முறைப்படுத்திக் கருத்தை விளக்கிக் காட்டுவார்கள்.

மேலும், மில்டனுடைய 'சுவர்க்க நீக்கம்' பளுவான கருங்கல்ப் பாறை என்று ஆங்கிலப் புலவர்கள் சொல்லுவார்கள். இதர பாஷைகளில் மொழிபெயர்க்க முடியாதபடி அவ்வளவு கஷ்டமாய் அமைந்தது. அதை ஒரு ஆசிரியர் பிரஞ்சு பாஷையில் மொழிபெயர்க்க ஆரம்பித்துத் திணறிப் போய்விட்டாராம். அப்பேர்ப்பட்ட இதிகாசத்தை இவர்கள் தமிழில் மொழிபெயர்க்கத் துணிந்து, முதற் காண்டத்தை விருத்தப்பாவில் மொழி பெயர்த்து விட்டார்கள். மூலத்திலுள்ள ஒவ்வொரு விஷயமும் அதன் அடைகளுமே அப்படி அப்படியே இவர்கள் விருத்தத்தில் அமைந்து கிடக்கும். மூலத்தையும் மொழி பெயர்ப்பையும் ஒத்துப் பார்த்தால், இது பகீரதச் செயலென்றே தோன்றும். ஜி.யு. போப் முதலான ஆசிரியர்கள் இம்மொழிபெயர்ப்பைப் பார்த்து, 'இது ஒரு அசாத்தியமான வேலை' என்று அதிசயித்திருக்கிறார்கள்.

மேலே சொன்னதெல்லாம், முஷ்டியுத்த சக்தி முதலியாரவர்க ளிடத்தில் அடங்கிக் கிடக்கிறது என்பதைக் காட்டுகின்றன. ஆனால் அந்த சக்தியை வெளிப்படையாக இன்றும், அதாவது அவர்களுடைய எண்பதாவது வயதிலும் காணலாம்.

ஏன், சென்ற அறுபது வருஷமாகவே முஷ்டி யுத்தம் சதா செய்துகொண்டே வந்திருக்கிறார்கள். சென்னை மில்லர் காலேஜில் அவர்கள் மாணவராய் இருந்தபோது ஆரம்பித்தது

இன்னும் நடந்தே வருகிறது. இங்கிலீஷ் பாஷைதான் முக்கியமாக வேண்டியது, தமிழ் தெரியவேண்டியதெல்லாம் அலங்காரத்துக்காகத்தான் என்று யாராவது முதலியாரவர்கள் முன்னிலையில் சொல்லிவிட வேண்டியது; அவ்வளவுதான். வீராவேசம் அப்படியே வந்துவிடும்; பொங்கிவிடும். அடங்கிக் கிடந்த முஷ்டியுத்த வீரன் வெளிக் கிளம்பிவிடுவான். பக்கத்தில் நிற்க நேர்ந்தவர் பாடு ஆபத்துத்தான்.

ஆனால், இப்போது, தமிழ் மக்களுக்கு முக்கியமான பாஷை – இலக்கியச் சுவையை அனுபவிக்கக்கூடிய பாஷை – தமிழ்தான் என்று எல்லோருமே அங்கீகரித்து வார்த்தையாடுவதால் முதலியார் அவர்களுக்குக் கோபாவேசம் வருவதற்கு அவ்வளவாகச் சந்தர்ப்பமில்லை. இது அவர்களுடைய யோகம். தேசீய உணர்ச்சியோடு கலந்து வந்த தாய் மொழிப்பற்றும் உணர்ச்சியும் தமிழ்நாட்டுக்குப் புதிய யுகம் பிறந்துள்ளதென்று சொல்ல இடந்தருகின்றன. இந்த யுகத்தை வரவேற்பதற்கான ஆர்வமும் களிப்பும் முதலியாரவர்களிடத்தில் இருக்கிற அளவு வேறு யாரிடத்தில்தான் இருக்கக் கூடும்?

~ ~

சென்ற நூறு நூற்றைம்பது ஆண்டுகளாக, மேல் நாட்டினர், முன்பு என்றும் இல்லாத அளவில், விஷயங்களைப் பகுத்துப் பகுத்து, உள்ளாகக் கிடக்கும் அமைப்புக்களைக் காணுவதும் கண்டனுபவிக்கிறதுமாய் இருக்கிறார்கள். இந்தப் பகுத்தறிவியலை ஸயன்ஸ் உணர்ச்சி என்று சொல்லவேண்டும்.

மேல்நாட்டார் நம்முடைய பள்ளிக்கூடங்களில் இன்னும் ஸயன்ஸை நேர்முறையில் சொல்லிக் கொடுக்கிறார்கள் என்று சொல்ல இடமில்லை. ஆகவே, நம்மவர்களுக்கு 'ஸயன்ஸ் உணர்ச்சி' ஏற்பட்டிருக்கிறது என்று சொல்ல முடியாது. ஏதோ அங்கொருவர் இங்கொருவர் ஸயன்ஸில் நிபுணராயிருந்தால், அது ஏனையோருக்கு ஸயன்ஸ் உணர்ச்சி இல்லை என்பதை எடுத்துக்காட்டிச் சொன்னதேயாகும். ஆனால், முதலியாரவர்கள் ஸயன்ஸ் உணர்ச்சியை அபூர்வமாக வளர்த்தவர்கள். மேல்நாட்டு ஸயன்ஸ் சம்பந்தமான நூல்களை நெடுகிலும் படித்து, அவைகள் வெளிப்படுத்தும் உண்மைகளில் மோகம் கொண்டவர்கள். ஹெர்பர்ட் ஸ்பென்ஸர் வெளியிட்ட 'கல்வி விளக்கம்' என்ற நூலை அவர்கள் தமிழில் மொழிபெயர்த்ததிலிருந்து மேல்நாட்டு ஸயன்ஸ் முறைகளில் அவர்களுக்கு எவ்வளவு ஈடுபாடு என்பது தெரியவரும்.

குதிரை வைத்தியத்தையும் கால்நடை வைத்தியத்தையும் இவர்கள் கற்றபோது, ஏதோ வைத்தியத் தொழிலுக்கு உபயோகப்படும்படியாக மாத்திரம் கற்றார்களென்று கருதக் கூடாது. குதிரை, கால்நடை சம்பந்தமாகவும் அவைகளுக்கும் மனிதனுக்கும் ஏற்பட்டுள்ள தொடர்புகள் சம்பந்தமாகவும் எத்தனை எத்தனையோ நுட்பமான தத்துவங்கள் இருக்கின்றன. அவைகளை ஆராய்ந்து அனுபவிப்பதற்கு ஒருவர் ஆயுள்நாள் போதாது. அவைகளில், நோயுற்ற குதிரையோ காளையோ வந்தால், எப்படி அதனிடம் நெருங்குவது, எப்படி அதைக் கையாளுவது என்பது ஒரு விசித்திரமான கலை. அதைப்பற்றி முதலியாரவர்கள் அனுபவரஸத்தோடு பேசும்போது, நமக்கு ஒரு புது உலகத்துக்குள் புகுந்து அநேக அதிசயங்களைக் கண்டு களிப்பதாகத் தோன்றும். இப்படி அனுபவ ரஸத்தோடு சொல்லுவதில்த்தான் உயர்வான ஸயன்ஸ் உணர்ச்சி இன்னது என்று தெரியவரும்.

~ ~

இன்னொரு விஷயம். சுமார் இருபத்தைந்து வருஷ காலம் முதலியாரவர்கள் குக்கிராமங்களில் போய்க் கால்நடை சம்பந்த மான பரிசோதனையும் சிகிச்சையும் செய்கிற தொழிலில் அமர்ந்திருந்தார்கள். அதற்காகச் சுற்றுப் பிரயாணம் போகவேண்டி யிருந்தது. மாசத்தில் அநேகமாய் இருபது நாள் முகாம்தான். குழந்தைப் பருவத்திலிருந்தே அவர்கள் சௌகரியமான வாழ்வில் வாழ்ந்து வந்த காரணத்தால் முகாம்களிலும் சௌகரியமாக இருக்க வேண்டிய அவசியம் ஏற்பட்டது.நல்ல சுவையான சமையல் செய்வதற்கும் நண்பர்களுக்கு விருந்து நடத்த வேண்டியதற்கும் அவசியமான தட்டு முட்டுகளுக்குக் குறைவில்லை. வீட்டில் நடக்கிற உபசாரமும் விருந்துச் சாப்பாடும், முகாம் போடுகிற சத்திரம் சாவடியிலுந்தான். ஆனால், படுக்கிற கட்டில் வசதி மட்டும் குறைவாகத்தான் இருக்கும்.

அதற்காக 'கியாம்பு'க்கட்டில் செய்ய வேண்டும் என்று முயன்றதெல்லாம் ஒரு கதை. மடக்குக் கட்டில் ஒன்று செய்தார்கள். 'கியாம்பு'க்குக் கொண்டுபோய் ஒருநாள் இரவு படுத்தார்கள். கொஞ்சம் தொய்ய ஆரம்பித்தது. தொய்யாமல் இருப்பதற்கு என்ன செய்யலாமென்று ஆலோசிக்க ஆரம்பித்துவிட்டார்கள். கட்டிலை விட்டிறங்கி அதைப் புரட்டிப் போட்டுச் சட்டம் கால்களையெல்லாம் அசைத்துப் பார்த்து, "சரி சரி, குறுக்குக் கம்பி கொடுத்துவிட்டால் தொய்யாமல் விறைப்பாய் இருக்கும்" என்று நிச்சயித்துக் கொண்டார்கள். மனசு இப்படி யோசனைக்குள் போன பிறகு தூக்கமேது? சிவராத்திரிதான்.

காலையில் அந்தச் சத்திரத்துக்குத் தாசில்தார் பஞ்சாபகேச சாஸ்திரி முகாம் வந்தார். கட்டிலைப் பார்த்து நல்ல மாதிரியாய் இருக்கிறதென்று சொன்னார். அவ்வளவுதான். "உங்களுக்கே கட்டிலை வைத்துக்கொள்ளுங்கள். நான் வேறு செய்துகொள்ளுகிறேன். முகாம் வந்தால் எப்படியும் தரையில் படுக்கக் கூடாது. கட்டிலில்தான் படுக்க வேண்டும். இல்லா விட்டால் தூக்கத்துக்கு பங்கம் ஏற்பட வேண்டும் – (முதலியார் அவர்களுக்குத் தூக்கம் பிடித்த காரியந்தான் நமக்குத் தெரியுமே) – முகாம் கட்டில் ரொம்ப அவசியம்" என்று சொல்லித் தாசில்தாருக்குக் கட்டிலைக் கொடுத்துவிட்டுப் புறப்பட்டு வந்தார்கள். ஊருக்கு வந்ததும், நூதன திருத்தங்களோடு தச்சனைக் கொண்டு புதுக்கட்டில் செய்வித்தார்கள். இப்படியாக நடந்த சம்பவங்களை எண்ணி முடியாது. புது மாதிரி புது மாதிரியாக முகாம் கட்டில் செய்ய வேண்டியது. அவைகளை உடன்தங்கிய ஸர்க்கியூட் உத்தியோகஸ்தர்களுக்குத் தத்தம் பண்ண வேண்டியதுதான். இந்த விதமாக இவர்களுக்கு இருபத்தைந்து வருஷங்கள். கட்டில்களை எளிதாக மடக்கவும் நீட்டவும், தொய்யாமல் விறைப்பாக இருக்கவும், பளுவாய் இல்லாமல் லேசாய் இருக்கவும் தகுந்தபடி செய்வதில் யாருக்கும் இல்லாத ஆத்திரம். முகாம் போகிறவர்கள் அதை உபயோகப்படுத்திச் சுகமாகத் தூங்கவேண்டுமென்பதில் அதைவிட ஆத்திரம். தனக்குத் தூக்கம் வந்ததா என்பது பற்றி விசாரிக்க வேண்டுமானால், எந்திர உலகத்துக்குப் பிரமதேவனாய் இருந்த எடிஸனிடந்தான் கேட்க வேண்டும். முதலியார் அவர்கள் எடிஸனுக்கு ஒரு தம்பி.

கட்டிலில் எத்தனையோ உத்தியோகஸ்தர்களைப் படுக்கச் செய்து அமைதி கொடுத்திருக்கிறார்கள். இதுபோல, வேறொரு பிராணிக்கு வேறொரு கட்டில் செய்து அமைதி அளித்திருக்கிறார்கள். எப்படி:

அகலிகையானவள் தேவேந்திரனுடைய ஏமாற்றத்துக்கு உள்ளாகித் தன் நாயகரான கௌதமருக்குக் கேடு இழைத்தவளா கிறாள். கௌதமர், 'கல்லாகப் போகக் கடவது' என்று அவளுக்குச் சாபம் இடுகிறார். அவள் உண்மையாக மனம் வருந்தி, மன்னிப்புக் கேட்கக்கூடத் தகுதி இல்லையே என்று தன்னை நொந்து கொள்கிறாள். ஆனாலும், கணவருடைய சாபத்திலேயே கருணை கிடக்கிறது என்று கூறி நன்றி கூறுகிறாள். உண்மையும் கனிவும் எவ்வளவு அழகாக வெண்பாவில் அமைந்து கிடக்கின்றன என்பதைப் பாருங்கள்:

"எம்பெருமான் பேரருள்தான்
 என்னென்பேன்! தாங்கவொணாத்
துன்புறுவேன் துன்னின்
 உணர்வென்று – துன்புணராக்
'கல்லாக' என்று
 கருணைவெள்ளத் தாழ்த்தினன், என்
பொல்லாத குற்றம்
 பொறுத்து."*

    கல்லாகிய கட்டிலிலே அகலிகை எவ்வளவு அமைதி பெற்றுத் தூங்குகிறாள்!

(கலைமகள் 15 ஆகஸ்ட் 1937)

~

---

*. அகலிகை வெண்பா

10

பெண்களின் ஆரூடம்

சென்னைப் பட்டணத்திலே, ஹைக்கோர்ட்டுக்குப் பக்கத்திலுள்ள எஸ்பிளனேட் வீதியில் எத்தனையோ வியாபாரங்கள் நடக்கின்றன. அவைகளெல்லாம் ஒரு புறம் இருக்க, ஆலமரத்து அடியிலும், கட்டிடத்துக் கௌத நிழலிலும் ஒரு விசித்திரமான வியாபாரம் நடந்துகொண்டிருப்பதைக் காணலாம். ரேகை சாஸ்திரத்துக்கு ஒருவர், ஜாதகம் கணிக்கிறதற்கு ஒருவர்; இந்த இரண்டும் அல்லாத ஆரூடம் என்ற சாஸ்திரத்துக்கு எத்தனையோ பேர். இவர்கள் எல்லோரும் நமக்குப் புலப்படாத எதிர்காலத்தில் நிகழக்கூடிய நிகழ்ச்சிகளைக் கண்டுபிடித்து நமக்கு உபகரிக்கிறவர்கள். இவர்களுடைய தொழில் வளர்ந்தேறி வருகிறது என்பதற்குச் சந்தேகம் இல்லை. எத்தனையோ வியாபார ஸ்தாபனங்கள் முறிந்துபோன போதிலும், இந்த வியாபாரத்துக்குக் குறைவு ஏதேனும் வந்ததே கிடையாது. இதற்குக் காரணம், ஹைக்கோர்ட்டுக்குப் பக்கத்தில், ஆத்திரக்காரர் பலர் உலாவித் திரிவதுதான். சிவில் அப்பீல்கள், கிரிமினல் அப்பீல்கள், இன்னும் இதர ஆபத்தான வியாஜ்ஜியங்கள் ஹைக்கோர்ட்டில் சதா தாக்கலாகிக் கொண்டிருக்கின்றன; விசாரணை ஆகிக்கொண்டும், வாயிதாப் போட்டுப் போட்டு வியாழ வட்டங்கள் கழிந்துகொண்டும் வருகின்றன. இப்படி இருக்கிற நிலைமையில், வியாஜ்ஜியத்தில் சம்பந்தப்பட்டவர்களுக்கு என்ன என்ன பயம், எவ்வளவு எவ்வளவு ஆத்திரம் இருக்கும் என்பதை யாரும் எளிதில் அறிந்துகொள்ளலாம்.

வியாஜ்ஜியம் எப்படி முடிவடையப் போகிறதோ என்கிற பயத்தில், யாராவது நமக்கு ஆறுதலான காரியம் ஒன்றைச் சொல்ல மாட்டார்களா என்று அங்கும் இங்குமாகத் திரிந்து கொண்டிருக்கிற இந்த ஆத்திரக்காரர்கள், ஆலமரத்தடிச் சோதிடரையோ, ஆரூடம் வல்லவரையோ கண்டு, அவரிடம் தங்களுக்குரிய பலாபலன்களைக் கேட்க ஆரம்பிக்கிறார்கள். இவர்கள் எல்லோருக்கும் கிடைக்கிற பதிலோ, நிச்சயமான அனுகூலந்தான். முதலில் வாதி வந்து கேட்பார்; அவருக்கு வியாஜ்ஜியம் ஜயிக்கும் என்று சோதிடர் சொல்லுகிறார். அவர் போன மறு நிமிஷத்தில் பிரதிவாதி வந்து கேட்கிறார்; அவருக்கும் அதே பதில்தான். தஸ்தவேஜு, சாக்ஷியம் இவற்றிலுள்ள மர்மங்களைப் பற்றி, வாதிப் பிரதிவாதிகள் எப்படிக் கலந்து கொள்ளுகிறதில்லையோ, அப்படியே ஆரூட பலாபலன் பற்றியும் கலந்துகொள்ளுகிறது இல்லை. இவ்விதமாக, வாதிப் பிரதிவாதிகள் எட்டி நிற்கிற காரணத்தினாலேயே, சோதிடருக்கு ஒரே சுக்கிரதிசையாக இருக்கிறது.

இந்த மாதிரி, எதிர்காலத்தை அறிந்துவிட வேண்டும் என்ற ஆசை எல்லா மக்களிடையிலும், எக்காலத்திலும் இருந்து வந்திருக்கிறது. எதிர்காலத்தை அறிந்து சொல்லுவதற்கு, நிபுணர்கள் என்று தனியான ஜாதியோ, தொகுதியோ எங்குமே இருந்திருக்கிறார்கள். நாகரிகம் அற்றவர்கள் இடையில் மாத்திரம் இந்தத் தொழில் உண்டென்று சொல்ல இடமில்லை. தற்கால நவநாகரிகத்திலும், ரேகை சாஸ்திரிகளும் சோதிடர்களும் நல்ல வியாபாரம் நடத்திக்கொண்டு வருகிறார்கள். குதிரைப் பந்தயம் மும்முரமாக நடக்கிற காலங்களிலும், பணயம் லக்ஷம் லக்ஷமாய் வைத்து லாட்டரி தேவதை கூத்தாடுகிற காலங்களிலும், சோதிடக் குழாம் உலகம் எங்குமே புற்றீசல் போலப் புலபுலெனப் புறப்படுவதைப் பார்க்கிறோம்.

ஆத்திரமும் ஆசையும் இப்படியெல்லாம் மனித சமூகத்தை ஆட்டிக்கொண்டிருக்கிறதென்றால், காதலின் வசப்பட்ட சின்னஞ்சிறு பெண்களை அவை என்ன பாடுபடுத்தும் என்று சொல்லவும் வேண்டுமா?

இந்த உண்மையைத் தமிழ்நாட்டில்ப் பூர்வமான புலவர்கள் கண்டறிந்து கவிகள் பாடி இருக்கிறார்கள்.

ஒரு பெண், மலைச்சாரலில் உள்ள காட்டிலே பூக்கொய்து கொண்டிருக்கும்போது, இளைஞன் ஒருவனைச் சந்திக்கிறாள். இருவர் கண்களும் ஒத்துப் பேசுகின்றன. இருவரும், ஒருவரை ஒருவர் காதலிக்கிறார்கள். தோழியர்களின் உளவு கொண்டு அடிக்கடி சந்திக்கவும் ஏற்படுகிறது. இவ்விதமாக அவர்கள்

சந்தித்துப் பழகிக்கொண்டிருக்கிற நிலையில், இடையிடையே ஏதோ சில காரணங்களால், நாயகனானவன் நாயகியிருக்கும் இடத்திற்கு வர இயலாது போய்விடுகிறது. அந்தச் சமயங்களில், அவளுக்குள்ள துன்பத்துக்கு அளவேது?

நாயகன் தன்னிடம் வரக் காலம் சிறிது தாழ்த்துவிட்டால் அவளுக்கு மனம் பதை பதைக்கிறது. ‘வந்து சேருவானோ, வராமலே இருந்து விடுவானோ’ என்ற சந்தேகம் மனசைக் குத்திக் குத்திப் புண்படுத்துகிறது. இது விஷயமாக ஆரூடம் வல்லாரிடம் போய்த் தெரிந்துகொள்ளவோ முடியாது. பிறருக்குத் தெரிந்து விட்டால் மோசம் அல்லவா? ஆகையால், பெண்களுக்கு இயல்பாக ஏற்பட்ட குறி பார்க்கும் முறை ஒன்றைக் கையாள ஆரம்பிக்கிறாள்.

கடற்கரை ஓரத்திலே, புன்னை நிழலின் கீழ் உட்கார்ந்து பலவகையாக விளையாடுவது அவளுக்கு வழக்கம். ஆனால் இன்று, மனமானது விளையாட்டில்ச் செல்லாமல், காதல் நாயகனிடம் போய்விடுகிறது. தனக்கு முன்னேயுள்ள மணலைச் சமப்படுத்திக் கொள்கிறாள். பிறகு கண்ணை மூடிக்கொண்டு, வலது கை ஆட்காட்டி விரலினாலே மணலில்த் தொடர்ச்சியாக வட்டங்களை வரைந்துகொண்டே வருகிறாள். கடைசி வட்டத்தை, ஆரம்பித்த வட்டத்தோடு பொருந்தும்படி முடிக்க முயலுகிறாள். பிறகு, கண்ணைத் திறந்து பார்க்கிறாள்.

முதல் வட்டத்தோடு கடைசி வட்டம் ஒன்றாகப் பொருந்தி இருந்தால், நாயகன் தன்னிடம் வருவான் என்பதற்கு அறிகுறி. பொருந்தாமற் போனாலோ, நாயகன் வரமாட்டான் என்பதாக எண்ண வேண்டும். இந்த மாதிரிக் குறிபார்ப்பதற்குக் ‘கூடல் இழைத்தல்’ என்று பெயர்,

இந்தக் “கூடல் இழைத்தல்” என்ற துறை மூலமாகக் காதலியின் உள்ளான ஆத்திரத்தைப் பார்க்கிறோம். பெண்களின் உள்ளத்தில், இயற்கையானது வைத்துள்ள அரிய காதல் தத்துவத்தை விளக்கமாகக் காண்கிறோம். இப்படி நாம் காணும்படி காட்டுவதுதானே உண்மையான கவிக்கு லக்ஷயம்?

நாலாயிரப் பிரபந்தத்தில் நாச்சியார் திருமொழி என்னும் பாசுரங்களிலே அருமையான காதல்க் கவிகள் பல இருக்கின்றன. அவைகளில்ப் பண்டைக்காலத் தமிழ் இலக்கியங்களிலுள்ள ரஸமான துறைகள் பல கையாளப்பட்டிருக்கின்றன. இவற்றுள் ‘கூடல் இழைத்தல்’ என்பது ஒன்று.

காதலி ஒருத்தி, கண்ணனுடைய வரவை எதிர்பார்த்துக்கொண் டிருக்கிறாள்: வராமலும் போகலாம் என்ற அச்சம் மனசில்

எழுகிறது. தனக்கு முன்னே பரப்பிய மணலில்க் கூடல் இழைக்கப் பார்க்கிறாள். மனசில் உள்ள ஆத்திரத்தினால், தான் வரைந்து வட்டமிட்டு ஓடுகிற கோட்டையே ஒரு தோழியெனப் பாவித்து, "எனக்குத் துணை செய்யமாட்டாயா? நீ கூடி விட வேண்டும்" என்று வாய்விட்டும் சொல்லிக் கொள்ளுகிறாள். வட்டமிட்டு ஓடுகிற கோட்டுக்கே 'கூடல்' என்று பெயர். "கூடலே கூடுவாயாக!" என்று சொல்லுகிறாள்.

கண்ணனுடைய அரிய குணங்கள் முதலில் அவள் மனசில் தோன்றுகின்றன: மிக்க ஆர்வத்தோடு கூடிய பக்தர்களுடைய மனசில்த்தான் அவன் தங்குவான்; மற்றவர்களுடைய இதயத்தில் தங்கமாட்டான்; புஷ்பவனங்கள் சூழ்ந்த அந்த அழகிய துவாரகைக்கு அல்லவா அவன் அரசன்? கன்றுகளை மேய்ப்பதையே விளையாட்டாக உடைய கோபாலன் அல்லவா அவன்? இத்தகைய கோபாலன் தன்னிடம் வருவானோ, வரமாட்டானோ என்கிற ஆத்திரத்தில், நாயகி சொல்லுகிறாள்:

"ஆவல் அன்புடை
  யார்தம் மனத்தன்றி
மேவ லன், விரை
  சூழ்து வராபதிக்
காவ லன், கன்று
  மேய்த்துவி ளையாடும்
கோவ லன்வரில்
  கூடிடு, கூடலே!"

குற்றாலத்தில் எழுந்தருளியுள்ள திரிகூடநாதர் பவனி போகும்போது, பெண் வசந்தவல்லி கண்டு மோகித்து விடுகிறாள் என்று குறவஞ்சி ஆசிரியர் கதையை அமைத்திருக்கிறார். அவள் குறும்பலாவின் நிழலில் உட்கார்ந்துகொண்டு, பின்வருமாறு கூடல் இழைக்கிறாள்:

"பாடிய மறை தேடிய நாயகர்
  பன்னகர் பணி நன்னகர் நாயகர்
பாவலர் மனுக் காவலர் நாயகர்
  பதஞ்சலி பணிதா ளர்;
கோடிய மதி சூடிய நாயகர்
  குளிர்புனற் கங்கை ஆடிய நாயகர்
குறும்ப லாவினில் கூடுவ ராமெனில்,
  கூடலே, நீகூ டாய்!"*

---

* பன்னகர் பணி நன்னகர் – குற்றாலமாகிய 'நன்னகர்' – பல நகரங்களும் வந்து வணங்கும்படியான அவ்வளவு சிறந்த நகர். பாவலர் – மாணிக்கவாசகர், சம்பந்தர் போன்ற கவிகள். மனுக் காவலர் – நீதி தவறாத பக்தியோடு கூடிய மன்னர். கோடிய மதி – பிறைச்சந்திரன். குறும் பலா – குற்றாலத்து ஸ்தல விருட்சம்.

'கூடல் இழைத்தல்' பற்றி இரண்டு பாடல்களை மேலே பார்த்தோம். இனி, பண்டைய தமிழ்க் கவி ஒருவர் எப்படிப் பாடுகிறார் என்று பார்ப்போம்.

~ ~

முத்தொள்ளாயிரம் என்று ஒரு நூல் இருந்தது. அது சேரர், சோழர், பாண்டியர் ஆகிய மூன்று அரசர்களின் மேம்பட்ட குணங்களைப் பாராட்டி ஒரு புலவர் பாடிய நூல். ஒவ்வொரு அரசரைப் பற்றியும் தொள்ளாயிரம் தொள்ளாயிரம் கவிகளாக இரண்டாயிரத்து எழுநூறு கவிகளைக் கொண்டுள்ளது அது. ஒவ்வொரு கவியும் மதிக்க முடியாத ரத்தினம் என்று சொல்லத் தகுந்த அருமையும் அழகும் வாய்ந்தது. நூலைப் பாடிய புலவர் இன்னார் என்றே தமிழ் உலகுக்கு இப்போது தெரியாது. தமிழர்கள் செய்துள்ள தவக்குறைவினாலோ, வேறு என்ன காரணத்தினாலோ, இந்த நூலானது முற்றிலுமே அழிந்து போய்விட்டது. பிறகு ஏதோ தற்செயலாய், புறத் திரட்டு என்ற தொகை நூலைத் தொகுத்த ஆசிரியர் ஒருவர், இதிலிருந்து நூற்றெட்டுக் கவிகளை மட்டும், தாம் வகுத்துக்கொண்ட விஷயங்களுக்காகக் கையாண்டார். அவர் கையாளமற் போயிருந்தால் முத்தொள்ளாயிரத்தின் செய்யுள் ஒன்றுகூட நம் கைக்கு வந்திராது.

கூடல் இழைக்கிறதில் முத்தொள்ளாயிர ஆசிரியர் கூறுகிற முறையைப் பார்ப்போம்.

பெண் ஒருத்தி பாண்டியனைக் கண்டு மோகம் கொண்டு விடுகிறாள். அவனைத் தன்னிடம் எப்படியாவது வரச்செய்யுமாறு, தோழியைத் தூது போக அனுப்பி விட்டாள். இதற்கிடையில், தான் அனுப்பிய தூது பலிக்குமோ பலிக்காதோ என்ற பயத்தினால் நாயகிக்கு நெஞ்சு பதை பதைக்கிறது. "நாம் சாமானியப் பெண்ணாச்சே; அரசனல்லவா அவன்? நம்மிடத்தில் எங்கே அவனுக்குக் கருணை உண்டாகப் போகிறது? சரி, இருந்தாலும், கூடல் இழைத்துக் குறி பார்ப்போமே" என்று மணலில் கூடல் வட்டம் வரைவதற்குக் கையை நீட்டுகிறாள்.

நீட்டி, "மதுரையாகிய கூடற்பதிக்கு அல்லவா அவன் அரசன்? கூடற் பதியிலுள்ள ஜனங்களுக்கெல்லாம் தெய்வம்போன்ற காப்பாளன் அல்லவா? அவன் என்னை வந்து அணைவானா? அணைவான் என்பது உண்டென்றால், கூடலே நீ கூடுவாயாக!" என்றாள். இதை,

"கூடற் பெருமானைக்
கூடலார் கோமானைக்
கூடப் பெறுவேனேல்,
கூ(டு) என்று–"

சொல்லச் செய்துவிட்டு, பிறகு கூடல் இழைக்க ஆரம்பித்த நாயகி அதை இழையாது நிறுத்தி விடுகிறாள் என்று சொல்லுகிறார் கவி:

" – கூடல்
இழைப்பாள் போல்க்காட்டி
இழையா(து) இருக்கும்–"

என்று முடித்து விடுகிறார். இப்படி ஒன்றை ஆரம்பித்து அதைச் செய்யாது நிறுத்தியதற்குக் காரணம் யாதென்றால் வட்டங்கள் பொருந்தாமற் போகுமானால் நாயகன் வராமற் போய்விடுவான் என்பதே. அது அவனை வரவொட்டாமல் தடுத்து விடாதுதான். ஆனாலும், அவள் மனசில் தடுத்துவிடும் என்றே படுகிறது. அந்தக் காரணத்தைக் கவி நாலாவது அடியில்க் குறிக்கிறார்:

"பிழைப்பிற் பிழைபாக்(கு)
அறிந்து."*

இப்போது வெண்பாவின் உருவத்தையும் பார்ப்போம்:

"கூடற் பெருமானைக்
கூடலார் கோமானைக்
கூடப் பெறுவேனேல்
கூ(டு)என்று – கூடல்
இழைப்பாள்போல்க் காட்டி
இழையா(து) இருக்கும்
பிழைப்பில்ப் பிழைபாக்(கு)
அறிந்து"

இந்தக் கவிக்கு உயிராகிய கருத்து, பாண்டியன் தன்னைக் கூட வேண்டும் என்று நாயகி எண்ணுகிற பாவந்தான். முதல் இரண்டு அடிகளிலும் 'கூடல்' என்ற சொல்லைத் திரும்பத் திரும்ப உபயோகித்து இந்த பாவத்தைத் தொனிக்கச் செய்கிறார் புலவர். 'கூடற் பெருமானை' என்று நகரத்தைக் குறித்துவிட்டு, மறுபடியும் 'கூடலார்' என்று நகரத்தாரைக் குறிக்க வந்தது, மேலே சொன்ன தொனி அழுத்தம் பெறுவதற்காகச் செய்த உத்தியாகும். இந்த உண்மை முதல் இரண்டு அடிகளையும் கொஞ்சம் பாடிக்கொண்டே இருந்தால், யாவருக்கும் புலப்பட்டுவிடும்.

---

* பிழைக்குள்ளேயே ஒரு பிழை இருப்பதை அறிந்து. பிழை பாக்கு – பிழைபாடு, மோசம்.

இதய ஒலி

மூன்றாவது அடியில், 'இருக்கும்–' என்று ஏதோ எல்லாவற்றையும் சொல்லி முடித்து விட்டதுபோலப் பாவனை காட்டுகிறார் புலவர். மாறான எண்ணம் நாயகிக்குத் திடீரென்று உண்டாகிவிட்டது என்ற குறிப்பைக் காட்டும் பொருட்டுக் கடைசி அடியைத் துண்டாகத் தனித்து நிற்கச் செய்துவிடுகிறார். நாயகி திகைத்துப் போய் உட்கார்ந்திருக்கிற பாவம் செய்யுளிலேயே அமைந்து கிடக்கிறதல்லவா?

இந்த முத்தொள்ளாயிரக் கவியை இரண்டாயிரம் வருஷத்துக்கு முன்பே புலவர் பாடினார். அரங்கேற்றும் சமயத்தில், பாண்டிய மன்னனும், அவனைச் சூழ்ந்துள்ள புலவர் குழாமும், உண்மையான கவி வெறிகொண்டு எவ்வளவோ அனுபவித்திருப்பார்கள். இன்றும் நாம் அனுபவிக்கிறோம். தமிழ் உணர்ச்சி இருக்கும் வரையும், தமிழர்கள் அனுபவிப்பார்கள்.

(அக்டோபர் 1938)

~

11

நாமும் வள்ளுவரும்

ஐரோப்பிய மகாயுத்தம்* முடிவடைந்து ஒரு வியாழ வட்டத்துக்குமேல் ஆகிறது. யுத்தம் நடந்துகொண்டிருந்தபொழுது, என்றும் காணாத உண்மைகள் சிலவற்றைக் கண்டோம் என்பது நம்மில் பலருக்கும் ஞாபகம் இருக்கும். அப்போது நெல் முதலிய தானிய வகைகள் அபரிமிதமாக விலையேறி விட்டன. பருத்தியும், பீரங்கிகளில் வைத்துச் சுடுவதற்கே முக்கியமாக உபயோகப்பட்டதனால், விலையேறி, கரிசல் நிலம் எல்லாம் பொன் விளையும் பூமியாய் மாறி விட்டது. பீரங்கிகளை வார்ப்பதற்குச் செம்பும் வெள்ளீயமும் இன்றியமையாத உலோகங்களாய் இருந்த காரணத்தால் அந்த உலோகங்களுக்கும் அவை கலந்துள்ள பித்தளை வெண்கலம் முதலிய கலப்பு உலோகங்களுக்கும் என்றைக்கும் இல்லாத அவசியமும் கிராக்கியும் ஏற்பட்டுவிட்டன. உலகமெல்லாம் ஒன்று சேர்ந்து முற்றுகைபோட்டது போலச் சிக்கவைக்கப்பட்டிருந்த ஜெர்மனி தேசத்திலே, வீட்டுக் கதவுகளிலுள்ள கீல், தாள் ஆணி முதலியவை பித்தளைகளால் செய்யப்பட்டிருந்தால், அவை துரைத்தனத்தார் ஆணையால் உருவப்பட்டுப் போய், கதவெல்லாம் 'அடையா நெடுங்கதவாய்த்' திறந்து கிடக்க வேண்டியதாய் நேர்ந்தது. மேலும், ஜெர்மானியர் பீரங்கிகளையே ஆராதனை செய்து வந்தார்கள் என்று எதிரிகள் எல்லோரும் சொல்லிக் கொண்டிருந்தார்கள்; அவர்கள் செப்பு விக்கிரகங்களையும் ஆராதித்து வந்திருந்தார்களானால், அவைகளும் பீரங்கிகளோடு சாயுஜ்ய பதவி அடைந்துதான் வழிபாட்டுக்கு உரியவைகளாய் இருந்திருக்கும்.

* 1914 முதல் 1918 வரை.

அவைபோலவே இதர சரக்குகளும் விலையேறி வந்த காரணத்தால் வியாபாரம் நாளுக்கு நாள் விருத்தி அடைந்து வந்தது. எப்படியோ, யுத்த களங்களில் மக்கள் உயிர் மடிய மடிய, வியாபாரிகளுக்கு லாபம் அதிகரித்தது. ஏகம்ப வாணரது பராக்கிரமத்தை வியந்து கூறியதுபோல, 'சேனை தழையாக்கிச் செங்குருதி நீர்தேக்கி' வர்த்தகப் பயிர் செழித்தோங்கி வளர்ந்தது என்று நன்றாய்க் கூறலாம்.

பணமுடையால் வர்த்தகம் எல்லாம் ஓட்டம் இல்லாது தியங்கிக் கிடக்கிற தற்போதைய தரித்திர நிலைமையில், அப்போது பணம் பெருக்கெடுத்து முக்கு முடைகளை யெல்லாம் நிரப்பிக்கொண்டிருந்த செல்வ நிலையை யூகித்தறிவது ஒரு வகையில் கஷ்டந்தான். ஆனாலும், சாமானிய மனிதர்கள் கூடச் சிறு சிறு வியாபாரங்கள் செய்து நாலைந்து வருஷங்களில் செல்வவான்களாக ஆனார்கள் என்பது நாம் கண்கூடாகக் கண்டது. ஹாக்கர் சாயபு தன் முதுகின்மேல் சவாரி செய்துவந்த மூட்டையை ஒற்றை மாட்டு வண்டியில் இறக்கிவைத்து வியாபாரம் நடத்த முற்பட்டார். அடுத்த வருஷம் அவர் ஜவுளிக்கடை சாயபு ஆனார். அதற்கு அடுத்த வருஷமோ மளிகை முதலாளி ஆய்விட்டார். இவ்வாறு, முதல் வருஷம் நூறு ரூபாய் லாபம், அடுத்த வருஷம் ஆயிரம் ரூபாய் லாபம், அதற்கு அடுத்த வருஷம் லக்ஷம் லாபம் என்றும், கடைசியாகக் கோடீசுவரப் பிரபு என்றும் பல பேர் சம்பந்தமாகக் கணக்குச் சொல்ல ஏற்பட்டது. இவ்வளவு செல்வப் பெருக்கைப் பார்ப்பதில் நமக்கு எவ்வளவோ திருப்தி. திருமகள் செந்தாமரை மலரை விட்டு ஒரே குதியாகக் குதித்து வந்து தன் அபூர்வ நடனத்தை நாடெங்கும் ஆடிக் காட்டினதுபோல் இருந்தது.

இதுபோலவே, சுமார் இரண்டாயிரம் ஆண்டுகளுக்கு முன்னும், செல்வம் முதலில் சிறிது சிறிதாய்த் திரண்டு சில வருஷங்களில் பெருஞ் செல்வமாகப் பெருகி நிற்கும் நிகழ்ச்சிகள் பலவற்றைக் கண்டு, திருவள்ளுவரும் களித்துக் கொண்டும் வியந்து கொண்டும் இருந்தார்.

இதுமாத்திரமா? அல்ல. நாடகம் ஆடுகிறதைப் பார்ப்பதிலும் பார்ப்பவரைப் பார்ப்பதிலும் நமக்கெல்லாம் இருக்கிறதுபோல அவருக்கும் உத்ஸாகம் இருந்தது. நம்மைவிட அவருக்கு உத்ஸாகம் எவ்வளவோ அதிகம் என்று சொல்ல வேண்டும். அக்காலத்திய நாடகங்களுக்குக் கொட்டகை கிடையாது. ஊரை ஒட்டியுள்ள மைதானம் அல்லது மந்தைவெளிதான் ஆடும் இடம். மேலும் அந்த நாடகங்களுக்கு நடனம் இன்றியமையாத அம்சம். ராஜாவோ, ராணியோ, பிள்ளையாரோ – யார் வந்தாலும், தூசி கிளம்பும்படி ஒரு ஆவர்த்தி நடனம் ஆடிவிட்டுத்தான் ஆசனத்தில் அமருகிறது.

நாட்டியப் பெண்களாவது குறவன் குறத்தியாவது வந்துவிட்டாலோ சொல்ல வேண்டியதில்லை. இதுபற்றியே நாடகத்துக்கும் கூத்தாட்டம் என்று பெயர் வழங்கி வந்தது. இரவு ஒன்பதரை மணிக்கு ஆட்டம் ஆரம்பிக்கும். நாடக மைதானத்துக்கு ஒரு நாள் திருவள்ளுவர் எட்டுமணிக்கே வந்துவிட்டார். அத்தருணம் நாலைந்துபேர் அங்கு வந்து தள்ளித்தள்ளி உட்கார்ந்தார்கள். எட்டரை மணிக்குள்ளாகச் சுமார் நூறு பேர் வந்து சேர்ந்தார்கள். ஒன்பது மணிக்குக் கூட்டம் ஆயிரத்துக்கு மேற்பட்டுவிட்டது. திரையை அகற்றுகிற ஒன்பதரை மணிநேரம் வந்ததோ இல்லையோ, கூட்டம் பதினாயிரத்துக்கு மேலாகவே வந்து மொய்த்து விட்டது. உள்ளூரில் மாத்திரம் இருந்தல்ல, சுற்றுப்பக்கத்து ஊர்களிலிருந்தும் ஆண் பெண் பிள்ளைக ளெல்லாம் வந்துவிட்டார்கள். எள்ளுப்போட இடமில்லை என்று சொல்லும்படி நெருக்கி உட்கார்ந்துகொண்டார்கள். திருவள்ளுவர் முன்னும் பின்னும் இருபக்கமும் கண்ணுக்கு எட்டுகிற வரையிலும் பார்த்தார். நிலவின் ஒளிபட்டு ஒரே பரப்பாகத் தலைக்கடல் தோன்றியது. அவ்வளவு பேரும் நாடகம் ஆரம்பித்தவுடன் அதிலேயே கண்ணுங் கருத்துமாய் அசைவற்று, இருந்தபடியே இருந்தார்கள். மணி ஒன்று, இரண்டு மூன்று ஆகிவிட்டது. ஆனால் என்ன? ஆணி அடித்து வைத்தமாதிரி ஒரே இருப்பாய்த்தான் இருந்தார்கள்.

இதையெல்லாம் கண்ட திருவள்ளுவர் தமக்குள்ளே சொல்லிக்கொண்டார். "என்ன! எட்டு மணிக்கு ஏதோ நாலைந்து பேர் வந்தார்கள்; பிறகு நூறு, ஆயிரம், கடைசியாகப் பதினாயிரம் என்று கூடிவிட்டார்கள். ஐந்து மணி நேரத்துக்கு மேலாகியும் வந்தவர்கள் அப்படியே இருக்கிறார்கள். ஆகா! இந்த அவைக் குழாத்தைப் போலத்தான் இருக்கிறது பெருஞ்செல்வம் சிலரிடத்தில் வந்து தங்குவதும். உண்மை, உண்மை" என்று இவ்வாறாக இரண்டு வேறுபட்ட பொருள்கள் – செல்வமும் கூத்தாட்டத்துக்கு வந்த அவைக்குழாமும் – ஒன்றோடொன்று இணைந்து நிற்கும் உவமான நிலையை உள்ளக்கண்ணால் கண்டு கண்டு களித்தவண்ணம் இருந்தார். கூத்தாட்டத்தில் மனம் செல்லவில்லை.

சிறிது நேரத்தில் கிழக்கே வெள்ளி எழுந்தது. கூத்தும் முடிவாகிவிட்டது. கூட்டம் கலைந்து எல்லோரும் தம்வீடுகள் நோக்கியும் ஊர்கள் நோக்கியும் போய் விட்டார்கள்; ஒரு நொடியில் மாயமாய்ப் பறந்துபோய் விட்டார்கள்.

ஆட்டம் ஓய்ந்து ஐந்து நிமிஷந்தான். உவமான உவமேயங் களின் உண்மையில் உள்ளாக ஆழ்ந்து முழுகிப் போயிருந்த வள்ளுவர் மெல்ல வெளி உலகத்துக்கு வந்து சுற்றுமுற்றும்

பார்த்தார். வந்தவர்களில் மாதிரிக்குக்கூட ஆளில்லை. வீட்டுக்குத் தன்னந் தனியாகத்தான் போக வேண்டும் என்றும் தெரியவந்தது. "ஆகா! மெள்ளமெள்ள வந்ததென்ன! இருந்ததென்ன, மாயமாய்ப் போனதென்ன! சிலரிடத்தில் வளர்ந்தேறிவந்த பெருஞ்செல்வம் எல்லாம் ஒரே நாளில் இல்லாது ஒழிந்து போவதையும் பார்த்திருக்கிறோம்." (ஐரோப்பிய மகா யுத்தம் முடிவடைந்தபின் பொருளாதார நிலைமை மாறவும், பெரிய கடைகள், வர்த்தக நிலையங்கள் எத்தனையோ திடீர் திடீர் என்று முறிந்துபோனது நமக்கும் ஞாபகந்தான்.) "சரி; சரி, பெருஞ்செல்வம் ஒழிந்து போவதும் இங்கு இதுவரை கூடியிருந்தவர்கள் தரையைத் துடைத்த வண்ணமாக ஒரே போக்காய்ப் போன செயல்தான். விடிகிற சமயமாய் இருந்தாலும் இந்த இடமும் நேரமும் ஏதோ ஒருவிதமான பயங்கரத்தையோ அல்லது துக்கத்தையோ உண்டாக்குகிறது." இப்படியெல்லாம் சிந்தித்துக்கொண்டு பையப் பைய வீடுபோய்ச் சேர்ந்தார். பொழுதும் விடிந்துவிட்டது. மனதில் இதுகாறும் நிகழ்ந்த நிகழ்ச்சியெல்லாம் மெல்ல நெருங்கி நெருங்கி ஒன்றோடொன்று இணைந்து ஒலி வடிவாய் வெளிப் பட்டது. அதுதான்:

"கூத்தாட்(டு) அவைக்குழாத்(து)
அற்றே பெருஞ்செல்வம்:
போக்கும், அதுவிளிந் தற்று."

இந்தக் குறள் 'நிலையாமை' அதிகாரத்தில் இரண்டாவது செய்யுள். இதில் ஆசிரியர், பெருஞ்செல்வத்தின் வரத்து எப்படி என்று முதலில் சொல்லிவிட்டுப் போக்கைப் பற்றிப் பிறகு சொல்லுகிறார். மெள்ள மெள்ள வரத்து என்பதன் கருத்தை நான்கு சீர்களாலும், வல்லொற்று ஓசைகளிலே தயங்கி நிற்கச் செய்வதாலும் சாவகாசமாக இயங்கச் செய்து, பின்பு, போக்கு நாளாவட்டத்தில் அல்ல, க்ஷணத்திலேயே, இல்லாமல் ஒழிந்து போய்விடும் என்ற கருத்தை இரண்டு சீர்களில் சொல்லித் தீர்த்து விடுகிறார். மேலும், போனது மீளாது என்னும் பொருளைச் சோகம் கலந்த விளிதல் (சாதல்) என்னும் சொல் தொனிக்கச் செய்கிறது.

செய்யுளை அதன் உள்ளக் கருத்தாகிய உண்மையோடு ஒட்டி ஆர அமர திரும்பத் திரும்ப ஓதுவோமாயின், உண்மையும் நயமும் புதிது புதிதாக நம் உள்ளத்தில் பிறக்கும். 'நவில்தொறும் நூல் நயம் போலும்' என்பதின் பொருள் துலங்கும்.

***(கலைமகள்* 15 ஜனவரி 1932)**

~

12

தமிழ் வளர்ந்த மன்றங்கள்

ஆங்கில பாஷையிலேயே சென்ற நூறு வருஷமாக நாம் கல்வி கற்று வந்திருக்கிறோம். அது காரணமாக, கற்கும் விஷயம் நமக்கு நன்றாய்ப் புலப்படுவதில்லை. பத்து நாளில் கற்க வேண்டியதைப் பத்து மாதத்தில் கற்பிக்கிறார்கள். அப்போதும் கல்வி வந்தபாடாக இல்லை. கற்றவர்களுக்கு நேரில் வருகிற நஷ்டம் இது. சமுதாயத்துக்கு இதனால் ஏற்படுகிற நஷ்டம் ரொம்பவும் பெரிது.

பதினைந்து இருபது வருஷமாக, இரண்டாயிரம் மூவாயிரம் என்று பணத்தைச் செலவழித்துக் கற்ற கல்வியை வேறு யாருக்காவது பயன்படச் செய்ய முடியுமா? ரசாயனக் கலையை எவ்வளவெல்லாமோ கஷ்டப்பட்டு மாணவர்கள் கற்கிறார்கள். கூறை நாட்டுச் சேலைகளுக்கும், காஞ்சிபுரம் சேலைகளுக்கும் உபயோகப்படுத்துகிற நூலில் ஏற்றும் சாயம் எப்படிச் செய்யப்படுகிறது என்று அக்காள் தங்கைகளுக்கு எடுத்துச் சொல்ல முடியுமா? சொன்னால் அவர்கள் எவ்வளவாகவோ ரஸிப்பார்களே! சென்னையில் குழாய்களில் தண்ணீர் வரத்துக் குறைந்துவிட்ட காரணமாகப் பம்புகள் வைத்துத் தண்ணீரை இறைத்துக்கொள்ளுகிறார்கள். ஸயன்ஸ் படித்தவர்கள், பம்பு அடிக்கிறதிலுள்ள ரகசியத்தைத் தங்கள் அக்காள் தங்கைகளுக்கு எடுத்துச் சொல்ல முடியுமா? ரொம்பவும் கஷ்டம்; முடியாதுதான். காரணம் என்ன? ஸயன்ஸுகளைக் கற்றதெல்லாம் தாய் பாஷை அல்லாத இதர பாஷையில் கற்று வந்ததுதான்.

ஆங்கிலம் கற்ற சிலர், "சாயத்தைப் பற்றியும் பம்பைப் பற்றியும் ஆங்கிலத்தில்த்தான் பேச முடியும்; தமிழில்ப் பேச முடியாது" என்று கூடச்

சொல்லுகிறார்கள். இது தவறான கொள்கை என்பதை நிரூபிக்க வெகு தூரம் போக வேண்டாம்.

மோட்டார் வண்டிகளைப் பழுதுபார்க்கிற பட்டறை ஒன்றுக்குப் போய்ப் பார்த்தால்ப் போதும். காலேஜுகளிலே ஸயன்ஸ் வகுப்புகளில்க் கற்கிற விஷயத்தைவிட நுட்பமான விஷயத்தை, எழுதப் படிக்கத் தெரியாத ஒரு பையன், புதிதாகப் பட்டறையில் வந்து சேர்ந்த மற்றொரு பையனுக்கு விளங்கும்படி எடுத்துச் சொல்லி விடுவான். தமிழில் சொல்லுகிறதனாலேயே இது சாத்தியமாகிறது. கருவிகளின் பெயர்களை ஏதோ "பாட்டரி, மாக்னடோ, வால்வு" என்றெல்லாம் லத்தீன், கிரீக்கு, பிரஞ்சு முதலிய பாஷைகளிலிருந்து கடன் வாங்கிக்கொண்டு விஷயத்தை விளக்கிவிடுகிறான். கருவிகள், உறுப்புகள் இவற்றின் பெயர்கள்தான் இதர பாஷைகளிலிருந்து வந்தவை. மற்றப்படி பேச்செல்லாம், பேசுகிறவனுக்கும் கேட்பவனுக்கும் நன்றாய்ப் பழகிய வீட்டுப் பாஷையே. ஆங்கிலம் கற்றவர்களுக்கு மாத்திரம் அந்த வீட்டுப் பாஷை வரமாட்டேன் என்று சாதிக்கிறது.

ஆகவே, ஆங்கில முறையில்க் கல்வி கற்றவர்களுக்கும் அப்படிக் கல்லாத மற்ற நம்மவர்களுக்கும் இடையே ஆங்கில பாஷை சுவர்போல் வந்து நின்று கொள்ளுகிறதென்பது உண்மை. இதைப் பற்றிக் கல்வி முறைகளை ஆராய்ந்த நிபுணர்களான தேச பக்தர்கள் குறை கூறுகிறார்கள், கடுமையாய்ப் பேசுகிறார்கள் என்றால், அதில் என்ன குற்றம்? ஆங்கில பாஷையைப் பற்றிச் சொன்னது போதும். இனி, தமிழ் கற்கும் முறை எப்படி இருக்கிறது என்று பார்க்கலாம்.

பள்ளிக்கூடத்தில் நான் மாணவனாக இருந்த காலத்தில், தமிழ் வியாசம் எழுதச் சொல்லுவார்கள். உயர்ந்த நடையில் எழுத வேண்டும் என்றும் சொல்லுவார்கள். 'உயர்ந்த நடை' என்றால் பேச்சு வழக்குக்குக் கொஞ்சமும் சம்பந்தம் இல்லாத முறையில் எழுதப்படுவது என்று பொருள். பஞ்சதந்திரக் கதைகளில் ஐந்தாம் தந்திரமான 'அசம்பிரேக்ஷிய காரியத்துவம்' என்ற கதையை நெட்டுருப் பண்ணச் சொன்னார்கள்; கதையின் பெயரைப் போல், வாய்க்குள் நுழைய மாட்டாமல்த் திண்டாடுகிற பாஷை யிலேயே எழுதவும் சொன்னார்கள். குறளுக்குப் பொருள் சொல்லுகிறதென்றால் அல்லது சீவக சிந்தாமணிச் செய்யுளுக்குப் பொருள் சொல்லுகிறதென்றால், அந்நூல்களின் உரையாசிரியர் களான பரிமேலழகர், நச்சினார்க்கினியர் முதலியவர்களுடைய நடையை ஒட்டியே எழுதவேண்டும் என்று சொல்லுவார்கள். எப்படியோ வழக்கொழிந்த பாஷைகளிலேயே தமிழ் ஆசிரியர் களுக்கு மோகம் பிறந்து விட்டது. இதற்கெல்லாம் ஆங்கிலம் போதித்த ஆசிரியர்களும் துணைபுரிந்தார்கள். 'கலோக்குயல்', 'கலோக்குயல்' என்று சொல்லி, ஆங்கில வியாசம் எழுதும்

போதும், பேச்சு வழக்கிலுள்ள பாஷையைக் குறைத்துப் பேசி வந்தார்கள். 'கலோக்குயல்' என்ற வார்த்தையைத் தமிழாசிரியர்களும் வளமாகக் கையாண்டு தமிழ் எழுதும் முறையை வகுத்து வந்ததால், மாணவர்கள் எழுதும் பாஷையும் பேசும் பாஷையும் வழக்கொழிந்த பாஷையாய்ப் போய்விட்டது. தமிழர்களாகிய ஆடவர் பெண்டிர் அந்த பாஷையைக் காதில் கேட்டது கிடையாது; பேசியதோ, கிடையவே கிடையாது. ஆசிரியர் அரும்பத அகராதியை எடுத்து எடுத்து வீசுகிற அதிசயச்செயலைப் பார்த்துவிட்டு, மாணவர்களும் பேசும்போது விஷயத்திலே எவ்வித கவனமும் ஆர்வமும் இல்லாமல், அரும்பதம் எங்கே என்று தேடுவார்கள். அரும்பதம் ஒன்றைக் கண்டுபிடித்து உபயோகப்படுத்தியபின், வேறொரு அரும்பதத்தைக் கண்டுபிடிக்க முயலுவார்கள். அதையும் உபயோகித்து விட வேண்டியது; பிறகு இன்னொரு வார்த்தை. இப்படியாக, பேசுவது அவ்வளவும், வெறும் வார்த்தை வேட்டையாகவே முடியும்.

இப்படித் தமிழ் கற்ற மாணவர்கள் கிராமவாசிகளிடம் போய்ப் பேசி மகிழ்ச்சி உண்டாக்க முடியுமா? கொஞ்ச நேரத்துக்கு வார்த்தைகளைக் கொண்டு அம்மானை ஆடுகிறதை எல்லாம் பார்த்து, 'ஆ!' என்று கிராமவாசிகள் வியந்துகொண்டிருக்கலாம். பிறகு, விஷயம் ஒன்றுமே புரியாமல், மனமும் உடம்புமே களைத்துச் சோர்ந்துவிடும். கிராமவாசிகள் அனுபவிப்பதற்கு ஒன்றுமே இராது என்றால் மிகையல்ல.

ஆங்கில பாஷை எப்படி உதவாமல்ப் போய் நம்மைத் திண்டாட விட்டு விடுகிறதோ அப்படியே தமிழும் உபயோகமற்றுப் போய் நம்மைத் திண்டாட விட்டுவிடுகிறது.

இதெல்லாம் நமது பல்கலைக்கழகம் ஆரம்பித்துக் கையாண்டு வந்த கல்விமுறை காரணமாக வந்தது. இனி, பல்கலைக்கழகத்தின் சம்பந்தம் இல்லாமல் தமிழ் கற்ற முறை எப்படி என்று பார்க்கலாம்.

~ ~

தமிழ்நாட்டிலே, நாற்பது ஐம்பது வருஷங்களுக்கு முன்பு, ஆங்காங்கு புலவர்கள் என்றும் புராணப் பிரசங்கிகள் என்றும் பலர் இருந்தார்கள். அவர்கள் எல்லோரும் யாராவது ஒரு ஆசிரியரிடம் சில ஆண்டுகள் உடனிருந்து திருவிளையாடற் புராணம் பெரிய புராணம் முதலான நூல்களைப் பாடம் சொல்லக் கேட்பார்கள். புராணப் பிரசங்கம் செய்யும்போது, உடனிருந்தோ ஆசிரியருக்குக் கையேடு வாசித்தோ அனுபவித்துக் கொண்டிருப்பார்கள். கதையாகவும் செய்யுளாகவும் இருக்கும் போது, கேட்க இனிமையாய் இருத்தல் இயல்பு. பாடல்களை என்ன முறையில்ப் பாட வேண்டும் என்பதையும் மாணவர்கள்

கற்பார்கள். நாளடைவில் தாங்களும் புராணப் பிரசங்கம் செய்ய வல்லவராவார்கள். ஊருராகப் போய்ப் புராணப் பிரசங்கம் செய்வதால் தங்களுக்கும் காலக்ஷேபம் நடக்கும். ஊரிலுள்ளவர் களுக்கும் தமிழைக் கேட்டு அனுபவிக்கும் வசதி கிடைக்கும்.

முப்பது வருஷத்துக்கு முன்கூட, இத்தகைய புராணப் பிரசங்கிகள் எத்தனையோ பேர் இருந்தார்கள். கம்பராமாயணம் பிரசங்கம் செய்பவர்களும் உண்டு. எவ்வளவோ அனுபவிக்கக் கூடியனவாய் இருக்கும் பிரசங்கங்கள். புராணிகர்கள் பேசுகிற பாஷை சாதாரணமாய்ப் பேச்சு வழக்கிலிருக்கும் பாஷைதான். உரையாசிரியர்களுடைய பாஷையெல்லாம் புராணிகர்களிடத்தில் கிடையாது; அதற்குப் புகலிடமில்லாமல் ஆங்கிலம் கற்ற 'தமிழறிஞர்கள்' கைக்கே வந்துவிட்டது. இந்த உயர்ந்த நடை ஒன்று வந்து, புராணிகர்களையும் புராணப் பிரசங்கங்களையும் துரத்திவிட்டது. புராணப் பிரசங்கம் ரொம்ப அபூர்வமாய்ப் போய்விட்டது.

இருநூற்றைம்பது வருஷத்துக்கு முன் தமிழ்நாட்டில் உதாரணமாக திருநெல்வேலிச் சீமையில், தமிழ் மக்கள் தமிழை நன்றாய் அபிமானித்து வளர்த்து வந்தார்கள் என்பது தெரிய வருகிறது. அதற்கு அனுகூலமாகப் புராணிகர்களும் இருந்தார்கள்.

திருக்குற்றாலக் குறவஞ்சி ஆசிரியரான திரிகூட ராசப்பக் கவிராயர் இருந்த காலம் இருநூற்றைம்பது வருஷத்துக்கு முன். அவர் பாடிய குற்றாலத் தலபுராணத்தில் நாட்டு வளத்தைப் பாடும் போது இவ்வாறு சொல்லுகிறார்: பூங்கொத்துகளிலிருந்து வடியும் தேன் நாற்றங்காலில் பாயுமாம்; செங்கோன்மை பொருந்திய அரசாட்சி இருந்ததால் நாட்டிலுள்ளவர்கள் எல்லோரும் சகல சம்பத்துகளுடனும் மேம்பட்டிருப்பார்களாம்; வீதிகளில் சதா திருவிழாக்கள் நடந்தவண்ணமாய் ஒரே கோலாகலமாய் இருக்குமாம். இன்னொரு விஷயம். அதைச் செய்யுளிலேயே பார்ப்போம்:

"நாறெலாம் வளர்க்கும் பூந்தேன்
நாடெலாம் வளர்க்கும் செங்கோல்
சாறெலாம் வளர்க்கும் வீதி
தமிழெலாம் வளர்க்கும் மன்றம்."

ஆங்கில நாட்டிலாவது வேறெந்த நாட்டிலாவது ஆங்கிலம் பற்றியோ அந்த நாட்டுக்குரிய பாஷையைப் பற்றியோ இப்படிச் சொல்ல இடம் உண்டா? எங்கும் இல்லாத பாஷை வளமும் பாஷை அனுபவமும் தமிழ்நாட்டில் இருந்தது.

இனி எப்பொழுது மறுபடி வருமோ?

(30 ஏப்ரல் 1940)

~

13

கண்ணாரக்காண ஒரு கவிஞர்

எட்டு வருஷத்துக்கு முன் பத்திரிகை ஒன்றில் 'கருணைக் கடல்' என்னும் கவியைப் படிக்க நேர்ந்தது. படித்ததனால் உண்டான வியப்பை இன்னதென்று சொல்ல முடியாது. 'கருணைக் கடலு'க்கு மூலமான எட்வின் ஆர்னால்டு ஆங்கிலத்தில் பாடிய 'ஆசிய ஜோதி'யை நான் பல தடவையும் வாசித்துள்ளவன்தான்; அதை அனுபவித்தேன் என்றுகூட ஒருவகையில் சொல்லலாம். ஆனாலும், 'கருணைக் கடலை' வாசித்தபோது உண்டான இன்பமும் அதிசயமும் அளவு கடந்தன என்றே சொல்லவேண்டும்.

இடையர்கள் ஆட்டு மந்தைகளை ஒன்றன்பின் ஒன்றாக அவசரம் அவசரமாக யாகத்துக்கு வெருட்டிக்கொண்டு போகிறார்கள். கருணை வள்ளலான புத்தர் பெருமான் அதைக் காண்கிறார். இதயம் உருகி விடுகிறது. இதயம் உருகுகிற நிகழ்ச்சி முதற் செய்யுளிலேயே வெளிவருகிறது.

"மந்தைபெ ரியமந் தை"

என்று சொல்லிவிட்டு,

"–உண வின் றி
வாடிமெ லியும்மந் தை"

என்றதும், சோகம் கசிய ஆரம்பித்து விடுகிறது. அடுத்து வருகிற இரண்டாம் அடி,

"சிந்தைத ளரும்மந் தை – நடக்க வும்
சீவன்இ லாதமந் தை"

என்று முடியும்போது, நமக்கே சிந்தை தளர்ந்து, நடக்கச் சீவனற்றுப்போன உணர்ச்சி மேலிடுவதாகத்

தோன்றுகிறது. இந்த உணர்ச்சியை உண்டாக்கும் சக்திக்கு மந்திர சக்தி என்றுதான் மேல்நாட்டு ரஸிகர்கள் சொல்லுவார்கள். இந்த மந்திர சக்தியானது, வார்த்தைகள், அவைகளின் அமைப்பில்ப் பிறக்கும் சீர், எதுகை, மோனை என்னும் செய்யுளுக்குரிய அம்சங்களினால் உண்டாகிறது. இவைகளோடு இன்றியமையாத அம்சம் எளிமை. எளிமை இல்லை என்றால் கவியில்லை; ஏன், எந்த அருங்கலையும் இல்லைதான்.

மறுமுறை செய்யுளைப் பார்ப்போம்:

"மந்தைபெ ரியமந் தை–உணவின் றி
வாடிமெ லியும்மந் தை
சிந்தைத ளரும்மந் தை–நடக்க வும்
சீவன்இ லாதமந் தை."

நடக்கவும் சீவன் இல்லை என்பதற்குப் பதிலாக நடக்கவும் ஜீவனில்லை, உயிரில்லை என்றெல்லாம் சொல்லலாம். ஆனால் இவைகளிலே இதய பாவம் வராது. ஆட்டோடு ஒட்டியுள்ள மக்கள் வழங்குகிற வார்த்தை 'சீவன்.' அந்த வார்த்தைக்குத்தான் ஜீவன் உண்டு, உயிர் உண்டு.

இடையர்கள் ஆடுகளுக்குப் புல்லைக் கறிக்க இடங் கொடுக்க வில்லை, தண்ணீர் குடிக்க இடங் கொடுக்கவில்லை என்பதை அடுத்த செய்யுளில் பார்க்கிறோம்:

"கண்ணிலே கண்டபுல் லை–நின்றொரு வாய்
கௌவிட ஓட்டார்ஐ யோ!
தண்ணீர்கு டிப்பதற் கும்–விலகி டச்
சம்மதி யாரேஐ யோ!"

இந்த விதமாக நான் வாசிக்க நேர்ந்த பத்திரிகையில் ஏதோ ஐம்பது கவிகள் இருந்தன. தற்காலத்தில் ஒரே ஒரு கவியை எழுதிவிட்டாலே மேலான காரியம். ஐம்பது கவிகளை ஒருவர் எழுதிவிட்டார் என்றால் அதிசயத்திற்குக் கேட்பானேன்! கவிகள் ஒவ்வொன்றும் உண்மையான தமிழ்ப் பண்போடும், ஆழ்ந்த இதய பாவத்தோடும் பிரகாசித்தது. தற்காலத்தில், இது முடியவும் முடியுமா என்று சந்தேகித்தேன்; விசாரித்து, நாகர்கோயிலை ஒட்டியுள்ள ஒரு சிறு கிராமத்தில் வசிக்கிற தேசிகவிநாயகம் பிள்ளை என்ற ஒருவர்தான் இப்பாடல்களின் ஆசிரியர் என்று தெரிந்துகொண்டேன்.

அன்று முதல், தேசிகவிநாயகம் பிள்ளையவர்களின் கவிகளை எங்கே பார்க்கலாம் என்று தேடிக்கொண்டே வந்திருக்கிறேன். தமிழ்ப் பத்திரிகைகள், முக்கியமாக ஆண்டு மலர்கள், அங்கொன்று இங்கொன்றாக வெளியிட்டன. மூன்றாவது, நாலாவது (பார) வகுப்புக்களுக்குப் பாட புஸ்தகம்

போடுகிறவர்களும் பிள்ளையவர்களின் பாடல்கள் சிலவற்றை உபயோகித்துக்கொண்டார்கள். இந்த இரண்டு வழிகளிலும் கிடைத்த பாடல்களைக் கத்தரிக்கோல் கொண்டு கத்தரித்துச் சேர்த்து எண்பது பக்கம் கொண்ட ஒரு குட்டிப் புஸ்தகமாகப் ‘பைண்டு’ பண்ணி வைத்துக்கொண்டேன். இந்தக் குட்டிப் புஸ்தகத்தை அயலூருக்குப் பிரயாணம் போகும்போதெல்லாம் உடன் கொண்டுபோவது வழக்கம். அதை எத்தனை எத்தனை தடவை படித்தேன் என்று சொல்ல முடியாது. நண்பர்களுக்கும் இளைஞரான மாணவர்களுக்கும் எத்தனையோ சமயங்களில் வாசித்துக் காட்டியிருக்கிறேன். கவியின் நயத்தைச் சிறு குழாமாக இருந்து அனுபவித்திருக்கிறோம். ஆனால், அனுபவித்தவர்கள் எல்லாம் மிகச் சிறிய குழாம், பொதுவாகத் தேசிகவிநாயகம் பிள்ளை அவர்களையும் அவர்கள் கவிகளையும் தமிழ் உலகம் அறியாது என்றால், சாமானிய உண்மையே ஒழிய வேறில்லை.

தமிழ் உலகம் பிள்ளையவர்களையும் அவர்கள் கவிகளையும் மதிக்கவில்லை என்றால், காரணம் தேடவேண்டுவதில்லை. கவிகளிலுள்ள எளிமைதான் அதற்குக் காரணம். பாட்டு எளிதாயிருந்துவிட்டால் கவி இல்லை என்று சொல்லிவிடுகிறார்கள். எளிமை காரணமாக, உலகில்த் தலைசிறந்த கவிகள் புறக்கணிக்கப்பட்டிருக்கிறார்கள் என்பதைச் சரித்திரம் சொல்லும். ஹோமர், ஷேக்ஸ்பியர், கீட்ஸ் என்ற மேல்நாட்டுக் கவிகளை வேண்டிய மட்டும் புலவர்கள் ஏளனம் செய்திருக்கிறார்கள். நோபெல் பரிசு பெறுவதற்கு முன், ரவீந்திரநாத தாகூர், பண்டிதர்களின் கேலிக்கு உள்ளானது கண்கூடாகக் கண்டது.

தேசிகவிநாயகம் பிள்ளையவர்களுடைய கவிகளெல்லாம் எளிமையிலும் எளிமையாகப் பாடப்பட்டிருக்கின்றன. அவர்கள் வசிப்பதோ தமிழ் உலகத்திலேயே தென்கோடி என்று ஒதுக்கக்கூடிய கன்னியாகுமரிப் பக்கம். மனுஷரோ ரொம்பவும் சாது, ஆடம்பரம் முற்றிலும் பூஜ்ஜியம். தலையிலே ‘தலைப்பா’வாகச் சுற்றிக் கொள்வதற்குப் பட்டம் கிட்டம் உண்டா? கிடையாது. இந்த நிலையில் சென்னையில் உள்ள இளைஞர் சிலர் ‘புதுமைப் பதிப்பகத்தார்’ என்ற பெயரோடு பிள்ளையவர்களுடைய கவிகளை – மறந்துபோனவைகள், கிழிந்து போனவைகள், காணாமற்போனவைகள், கிடைத்த மட்டிலும் எல்லாவற்றையும் – எங்கெங்கே எல்லாமோ தேடித் திரட்டி, ‘மலரும் மாலையும்’ என்ற அழகு வாய்ந்த புஸ்தகமாக வெளியிட்டிருக்கிறார்கள். வெளியிட்டவர்களுடைய தைரியத்தைத்தான் முதல் முதலாக மெச்ச வேண்டும். பிறகுதான் தமிழ்க் கவியில் அவர்களுக்குள்ள அரிய ஆர்வத்தைப் பாராட்ட வேண்டும். தமிழ் இலக்கியத்தின் சரித்திரத்திலே முக்கியமாகக்

குறிப்பிட வேண்டிய செய்திகளில், 'மலரும் மாலையும்' என்ற கவிதைத் தொகுதி வெளிவந்தது ஒன்று.

கவி என்றால் இன்னது என்று சொல்லுவதற்கு இலக்கணம் கிடையாது; உலகத்தில் எங்குமே கிடையாது. யாப்பியல் இந்த விஷயத்தில் என்ன உதவியும் புரியவில்லை. வெண்பா இது, விருத்தம் இது என்று ஏதோ சொல்ல முடியலாம்; ஆனால், கவி இது என்று சொல்லவே முடியாது. ஒரு பாஷையோடும், அதிலுள்ள சிறந்த கவிகளோடும், உண்மையான ஆர்வத்தோடு, படாடோபத்தை எல்லாம் தூரத்தே விட்டுவிட்டு, நெடுநாள் பழகிவருவோமானால் அது தெரியவரலாம். அதுவும் தாய்மொழியில்த்தான் தெரியக் கூடும், இதர பாஷைகளில்த் தெரிய முடியாது என்று ரவீந்திரர் சந்தேகத்திற்கு இடமில்லாமல் சொல்லியிருக்கிறார்.

கவியை உணர்வதே இவ்வளவு கஷ்டம் என்றால், கவியை இயற்றுவது எவ்வளவு கஷ்டம் என்று சொல்லவும் வேண்டுமா? உலகத்தில் ஆயிரம் வருஷத்திற்கு ஒரு தடவை கவி பிறக்கிறதுண்டு என்று கவியின் அருமையையும் அதன் பெருமையையும் பற்றி நன்கு ஆராய்ந்தவர்கள் சொல்லியிருக்கிறார்கள். இப்படிச் சொன்னது வெறும் வின்னியாசம் அல்ல; உண்மையைத் தெளிவுபடச் சொன்ன நேரான வார்த்தையே.

உண்மை இப்படியிருக்க, தமிழர்களாகிய நம்முடைய யோகத்தை என்னவென்று சொல்லுவது! ஒரு தலைமுறையிலேயே இரண்டு கவிஞர்கள் கிடைக்கப் பெற்றோம். சுப்பிரமணிய பாரதியார் ஒருவர்; மற்றவர் தேசிகவிநாயகம் பிள்ளை. இரண்டு கவிஞர்களைத் தமிழ் உலகம் தாங்க முடியாது என்று கருதித்தானோ என்னவோ, இருவரையும் தமிழர்கள் புறக்கணித்துவிட்டார்கள். பாரதியாரைப் பாராட்டுகிறது என்பதெல்லாம், நம்முடைய இதயத்தில் குடிகொண்டிருக்கிற ஆங்காரத்தை வெளியிடுகிறார் என்பதுபற்றித்தான்; அரசியல் உணர்ச்சிபற்றித்தான்; கவிப்பண்பு பற்றி அல்ல. ஆனால், சரஸ்வதி கடாக்ஷத்தால் பாடியவை என்று சொல்லக்கூடிய சிறந்த கவிகள் பல அவர் பாடல்களில் இருக்கின்றன. அவைகளைத் தமிழ் மக்கள் பாராட்டுகிறார்கள் என்று சொல்ல இடமில்லை.

உதாரணமாக, 'கண்ணன் பாட்டு'க்களை எடுத்துக் கொள்வோம். இவை அதி அற்புதமான பாடல்கள். சாமானிய ஜனங்கள் இவைகளை அறிய முடியாது, மற்றவர்களோ, ஏதோ விளையாட்டுப் பாட்டு என்று தள்ளிவிடுவார்கள். 'பாப்பா பாட்டு' சிறுபிள்ளைப் பாட்டு, தமிழ் வாசனையே தெரியாதவர்கள் பிரமாதப் படுத்துகிற காரியம், வேறல்ல என்று சொல்லிவிடுவார்கள்.

“வெற்றி எட்டுத் திக்கும் எட்டக்
கொட்டு முர சே!
வேதம் என்றும் வாழ்க என்று
கொட்டு முர சே!
நெற்றி ஒற்றைக் கண்ண னோடே
நிர்த்த னஞ்செய் தாள்
நித்த சக்தி வாழ்க என்று
கொட்டு முர சே!”

என்று ‘முரசுப் பாட்டை’ நீங்கள் பாடிப் பாருங்கள். டம்ம்ம், டம்ம்ம் என்ற முரசின் ஒலி பாட்டிலேயே கேட்க வில்லையா? எட்டுத் திசையும் பதினாறு கோணமும் எங்கும் ஒன்றாய் ஒரே ஒலிமயமாய் நிறைவது உங்கள் உணர்ச்சிக்குத் தோன்றவில்லையா? இந்தக் கவியைத் தமிழர் எத்தனை பேர் அனுபவித்திருக்கிறார்கள்? சற்று விசாரித்துப் பாருங்கள். விசாரித்துப் பார்த்தால் உங்களுக்குள்ள உத்ஸாகமெல்லாம் போய்விடும். இதெல்லாம் என்ன? சாமானியமாக வழங்கும் சித்தர்கள் பாட்டைப் போன்றதுதான் என்று சொல்லி அருவித் தண்ணீரையே வாரி இறைத்து உங்கள் உத்ஸாகத்தை அணைத்து விடுவார்கள். இருபது வருஷமாகத் தமிழ்நாட்டில் உலவிவரும் பாரதியார் பாட்டின் நிலைமையே இப்படியிருந்தால், புதிதாக வெளிவரும் கவியின் பெருமையை அங்கீகரிக்கிறது எளிதா?

ஒரு கவிக்கு விஷயம் எதுவாயும் இருக்கலாம். ஆனால், எடுத்துக்கொண்ட விஷயத்தில் ஆழ்ந்த ஆர்வம் இருக்க வேண்டும். அதாவது ஆசையோ வெறுப்போ அழுத்தமாயிருக்க வேண்டும். இவைகளையே ரஸங்கள் என்று நம்மவர்கள் குறிப்பிட்டுச் சொல்லுவார்கள். அநேக விஷயங்கள் சம்பந்தமாக ரஸஞானம் சாமானிய மக்களுக்கும் உண்டு. ஆனால், இந்த உணர்ச்சிக்குத் தக்கவிதமாகப் பாஷையில் அடங்கிக் கிடக்கிற பாவமான சொல், பாவமான இசை (ஆங்கிலத்தில் ரிதும்), பாவமான கட்டுக்கோப்பு (டெக்னிக்) – இவைகளை அனுபவிக்கும் திறம் சாமானிய மக்களிடத்தில் காணப்படுவதில்லை; அபூர்வமாகத்தான் காணப்படுகிறது. ஆதிகாலந் தொட்டு மொத்தத்தில் பத்துப் பதினைந்து பேர் ஒரு பாஷைக்கு இருந்தால் அந்தப் பாஷை செய்த புண்ணியந்தான். உணர்ச்சியானது, சொல், இசை, கட்டுக்கோப்பு இவைகளோடு ஒத்த உருவத்தில் வெளிவந்துவிட்ட தென்றால் அதுவே கவி. அது அற்புத சிருஷ்டிதான். இப்படி எழுந்த ஒரு கவிக்காக அந்தப் பாஷைக்குரியவர் ஒரு விழாக் கொண்டாடினால்ப் பொருத்தமே. தேசிகவிநாயகம் பிள்ளை அவர்கள் இவ்விதமான கவிகள் எத்தனையோ பாடியிருக்கிறார்கள்.

அவர்களுடைய தனிப்பாட்டு ஒன்றை இப்போது பார்க்கலாம்:

மனிதனை இன்னான் என்று தெரியவேண்டுமானால் இதர பிராணிகளைப் பார்த்தால்த்தான் தெரியவரும். முதலாவதாக, எந்தப் பிராணியாவது தன் குடும்பத்தையும் இனத்தையும் நல்ல நிலைமையில் வைத்திருப்பதற்காக உணவுப் பொருளை ஒன்று நூறாகப் பெருக்கியதுண்டா? அதனுடைய கைதான் ஏர் முதலான சாதனங்களை அமைத்து உழவுத் தொழில் செய்ததுண்டா? மனித சமூகம் எத்தனை ஆயிரக்கணக்கான வருஷங்களாகத் தன் அறிவைச் செலுத்திச் செலுத்தி, கடைசியாக உழவுத் தொழிலைக் கண்டுபிடித்திருக்கிறது? இரண்டாவதாக, மனசிலுள்ளதை வெளியிடுவதற்கு வார்த்தைகளை ஆதியில் உண்டாக்கி அவைகளை இன்னும் வழக்கில் வைத்திருக்கும் அதிசயந்தான் என்ன? பாஷையே அற்புதமானது. இரண்டு இதயங்கள் – ஆயிரக்கணக்கான வருஷங்கள் இடையிலே கிடந்தாலும் – ஒன்றெனத் துடிக்கும்படி கவி பாடினவர்களுடைய நாவைப்பற்றி என்னதான் சொல்லுவது? மூன்றாவதாக, துன்பத்துக் குள்ளான மக்களைப் பார்த்து அனுதாபப்பட்டு அத்துன்பத்தை நிவர்த்திப்பதற்காக அறிவைச் செலுத்தி, அதன் பயனாக ஏற்பட்ட தருமங்களைத்தான் எப்படிப் புகழ்வது? இவை எல்லாவற்றிற்கும் காரண பூதமாய் இருப்பது, மற்றப் பிராணிகளிடம் காணாமல், மனிதனிடத்தில் மாத்திரம் காண்கிற அறிவுத் தத்துவந்தான். இந்த அறிவுத் தத்துவத்தை தெய்வம் என்றால் எல்லா வகையிலும் பொருந்தும். இந்த உண்மை எவ்வளவு அழகாக, அதிசய பாவத்தோடு, தமிழின் இசை தாளங்களோடு சேர்ந்து கவியில் வருகிறதென்று பாருங்கள்:

சரஸ்வதி

"நாடிப் புலங்கள்
உழுவார் கரமும்,
நயஉரை கள்
தேடிக் கொழிக்கும்
கலைவாணர் நாவும்,
செழுங்கரு ணை
ஓடிப் பெருகும்
அறிவாளர் நெஞ்சும்
உவந்துந டம்
ஆடிக் களிக்கும்
மயிலே! உன் பாதம்
அடைக்கல மே."

அடைக்கலம் புகுவதற்குச் சரஸ்வதியின் பாதமே தகுந்த இடம். ஏனெனில், 'அறிவுடையார், எல்லாம் உடையர்' அல்லவா? இந்தக் கவியை உணர்ச்சியோடு சாவகாசமாகத் திரும்பத் திரும்பப்

பாடுவோமானால் – வாசித்தால் அல்ல – ஒவ்வொரு தடவையும் நாவிற்குப் புதிது புதிதான சுவை தட்டிக்கொண்டே இருக்கும். சுவை நாவை விட்டு அகலாது.

பழமையான இந்த முறையில் அவர்கள் பாடியுள்ள இன்னொரு கவியைக் கொஞ்சம் பார்க்கலாம்:

பிள்ளையவர்கள் திருவாங்கூர் ஸமஸ்தானத்தைச் சேர்ந்தவர்கள். நெடுகிலும் திருவாங்கூர் மன்னர்கள் குடிகளுக்காகச் செய்துவந்துள்ள அருமையையும் தருமங்களையும் ரொம்பவும் அனுபவித்துப் பாராட்டி வந்தார்கள். ராஜ்யத்தை மன்னர்கள் பல விதங்களில் அக்கறை எடுத்துப் பண்படுத்தி வந்திருக்கிறார்கள். பூந்தோட்டங்களும், சோலைகளும் வைத்து அலங்கரித்திருக்கிறார்கள். முக்கியமாக, குழந்தைகளுக்காகப் பல இடங்களிலும் மருத்துவச் சாலைகள் அமைத்துக் குடிகளுக்கு நன்மை செய்திருக்கிறார்கள். இவைகளைப் பற்றி ஜனங்கள் சதா புகழ்ந்து பேசிக்கொண்டிருப்பார்கள். உண்மையான ராஜ பக்தியோடு பேசிக்கொண்டிருப்பார்கள். இவை எல்லாவற்றையும் விட, அரசரது தெய்வபக்தியை, அதாவது, என்றும் இளமை நலத்தோடிருக்கும் சீதேவி சமேதராய்த் திரு அனந்தபுரத்தில் எழுந்தருளிய திருமாலிடத்தே வைத்துள்ள தெய்வபக்தியை, பிள்ளையவர்கள் ரொம்பவும் பாராட்டி அனுபவிக்கிறார்கள். இப்போது வெண்பாவைப் பாருங்கள்:

“பூவால்ப் பசுங்கொடியும்
  புன்சிரிப்பால்க் கைம்மகவும்
நாவால் இளங்கிளியும்
  நன்கோதும் – மூவாத
சீமான் அனந்தைத்
  திருமால் அடிமறவாக்
கோமான்தன் ஆட்சிக்
  குணம்.”

பசுங்கொடிகள் பூவால் ஓதுமாம்; கைம்மகவு புன்சிரிப்பால் ஓதுமாம். ஏன்? அவைகளுக்கு நாவில்லை. ஆனால், நாவினாலேயே கிளிகள் நன்றாய் ஓதும் மன்னர் அரசு புரிவதன் சிறப்பை என்று வெகு நயமாகக் கவி அமைந்திருக்கிறது.

இந்த வெண்பாவையும் மேலே சொன்ன சரஸ்வதி துதியான கட்டளைக் கலித்துறையையும், அவைகளில்ப் பொதிந்துள்ள உண்மை உணர்ச்சியையும் பாவத்தின் பொலிவையும் பார்த்தால், அவைகள் தற்காலத்துப் பாட்டல்ல, தமிழ் உண்மையான ஒளிவிட்டுப் பிரகாசித்துக் கொண்டிருந்த பண்டைக்காலத்துக்

கவி, அதாவது ஆயிரம் வருஷத்திற்கு முந்திய காலத்துக் கவி என்றே சொல்லத் தோன்றும். கவிகளுக்குள் உள்ளக் கிடையாகக் கிடக்கும் உணர்ச்சி வசமாய் நின்று, ஆர அமர ஒரு முறைக்கு நாலு முறை பாடிப் பார்த்தால், பாட்டின் அபூர்வமான நயமும் பெருமையும் புலப்படும். தொன்மையான கவித்திறம் பழுத்த பாடல்களை எவ்வளவாகப் பிள்ளை அவர்கள் சுவைத்து அனுபவித்திருக்கிறார்கள் என்பதும் தெரியவரும்.

பாடல்கள் ஒவ்வொன்றையும் பற்றி இப்படி எல்லாம் ஆராய்ந்து பார்ப்பது முறைதான். ஆனால் இந்தக் கட்டுரை இடங் கொடாததுபற்றி நிறுத்திக்கொள்ள வேண்டியிருக்கிறது.

~ ~

புஸ்தகத்தில்ச் சில மொழிபெயர்ப்புகள் சேர்க்கப்பட்டிருக்கின்றன. 'அஞ்சலி'யும் 'பாரசீகக் கவியமுதங்களும்' சில நண்பர்கள் தூண்டியதன்பேரில், ரவீந்திரநாதர் கருத்துக்களும் பாரசீகக் கவிகளின் கருத்துக்களும் தமிழுக்கு எப்படி இணங்கி வருகின்றன என்று சோதனை பார்ப்பதற்காக எழுதினவைகளே ஒழிய வேறல்ல. புஸ்தகத்தை வாசிக்கக் கையில் எடுப்பவர்கள் முதலிலே அவைகளுக்குள் புகவேண்டாம். சோதனையைப் பார்க்க விரும்புவோர் சாவகாசமாகப் பிறகு படித்துக்கொள்ளலாம். 'அன்பின் வெற்றி'யோ மொழிபெயர்ப்பாய் இருந்தாலும், உண்மைத் தமிழ்ப்பண்பு பாவங்கள் நிறைந்து, அருமையான வைஷ்ணவ பக்தி கமழுகிற பாடல்கள். அவைகளைத் தமிழ்க் கவிகள் என்றே பாடி அனுபவிக்க வேண்டும். இவை போலவே வேறு சில கவிகளையும் பிற பாஷைகளிலுள்ள கவியைத் தழுவிப் பாடியிருந்தபோதிலும், தமிழ்க் கவி என்றே கருதி அனுபவிக்க வேண்டும்.

இதை ஒட்டி, 'புலிக்கூடு' என்ற பாட்டு சம்பந்தமாக ஒரு வார்த்தை சொல்ல விரும்புகிறேன். ஆங்கிலம் படித்தவர்களுக்கு, இது பிளேக் என்ற ஆங்கிலப் புலவர் எழுதிய பாட்டின் மொழிபெயர்ப்பு என்று சொல்லத் தோன்றும். ஆனால், இது மொழிபெயர்ப்பு அல்லவே அல்ல; தழுவி எழுதியதென்று கூடச் சொல்லக்கூடாது. பிளேக் எழுதிய பாட்டு, பிள்ளையவர்களைக் கவி ஒன்று எழுதத் தூண்டியது என்றுதான் சொல்லலாம். 'புலிக்கூடு' பிள்ளையவர்களின் தனி சிருஷ்டி.

ஆங்கிலச் செய்யுள்களையும் நமது பிள்ளையவர்கள் செய்யுள்களையும் ஒப்பிட்டுப் பார்த்தால் வித்தியாசம் நன்றாய்த் தெரியவரும்.

புலிக்கூடு

முதற் பெண்:

பந்தம்ள ரியுதோ டி—கண்களைப்
பார்க்கந டுங்குத டி
குந்தம்வாள் ஈட்டிஎல் லாம்—கூட வே
கொண்டுதி ரியுதடி.

இரண்டாவது பெண்:

வாயைப்பி ளக்குத டி—கையு றை
வாளும்உ ருவுத டி
பேயைப்ப டைத்தபின் னோ—இதனை யும்
பிரமன்ப டைத்தான்அ டி.

முதற் பெண்:

வாலைமு றுக்குது பார்—வால்நு னி
வட்டம்சு ழலுது பார்
சாலப்ப துங்குது பார்—நம்மீ து
சாடவும் நோக்குது பார்.

இரண்டாவது பெண்:

இடித்துமு ழங்குதடி—தொண்டை யும்
இரும்பாலே செய்ததோ டி
அடுத்துநெ ருங்காதே டி—அது மிக
ஆங்காரம் கொள்ளுத டி

முதற் பெண்:

மானைப்ப டைத்ததெய் வம்—புலியை யும்
வளர்த்துவி டலாமோ டி
தேனைப்ப ழித்தசொல் லாய்—எனக்கு நீ
தெரிந்துரைசெய்வாயோ டி.

The Tiger

Tiger! Tiger! burning bright
In the forests of the night,
What immortal hand or eye
Could frame thy fearful symmetry?

In what distant deeps or skies
Burnt the fire of thine eyes?
On what wings dare he aspire?
What the hand dare seize fire?

And what shoulder and what art
Could twist the sinews of thy heart?
And when the heart began to beat,
What dread hand? and what dread feet?

What the hammer? what the chain?
In what furnace was thy brain?
What the anvil? what dread grasp
Dare its deadly terrors clasp?

When the stars threw down their spears
And water'd heaven with their tears,
Did he smile his work to see?
Did he, who made the Lamb, make thee?

Tiger! Tiger! burning bright
In the forests of the night,
What immortal hand or eye
Dare frame thy fearful symmetry?

- William Blacke

ஆங்கிலப் பாட்டிலே விஷயமெல்லாம் பெரிய விஷயந்தான். ஆயினும், எளிமை, தெளிவான பாவம் முதலிய குணங்கள் இல்லாததால் அவைகளைக் கவி என்று சொல்ல முடியுமோ என்று நாம் சந்தேகிக்கத்தான் வேண்டியிருக்கிறது. ஆனால், ஆங்கிலக் கவிகளைப் பற்றி நிர்ணயம் செய்வதற்கு ஆங்கிலேயர்கள்தான் அதிகாரிகளே யொழிய, நாமல்ல. பிள்ளையவர்கள் கவியைப்பற்றி நாம் கூசாமல்ப் பேசலாம். 'பந்தம் எரியுதோடி – கண்களைப் பார்க்க நடுங்குதடி' என்ற அடியைப் பாடிய மாத்திரத்திலேயே நமக்குப் பயம் வந்து விடுகிறது. 'பார்க்க நடுங்குதடி' என்ற மோனை வரும்போது, திறுதிறு என்று நம்மைப் பார்ப்பது போல ஒரு தோற்றம் வருகிறது. இதுதான் பாவம். இதுதான் கவிப்பண்பு. இப்படி ஒவ்வொரு செய்யுளிலும் ஒவ்வொரு அடியிலுமே பாவம் துள்ளி வருகிறது. இக்கவி குழந்தைகளைப் பற்றியதுதானே என்று குழந்தைகளுக்கு அப்படியே விட்டுவிடக் கூடாது. அற்புதமான கவி என்று நாமெல்லோரும் பல தடவையும் கற்று அனுபவிக்க வேண்டிய கவி.

இன்னும் ஒரு கவியோடு இந்தக் கட்டுரையை நிறுத்திக் கொள்ளலாம்.

ஒரு புலவர் மற்றொரு புலவரை அறிந்து அனுபவிக்கிறது இயல்பு. உண்மையில் அவர்கள்தான் ஒருவருக்கொருவர் அதிகாரிகள். பாவ உணர்ச்சி அவர்களுக்குத் தானே சிறப்பாக உண்டு? பாரதியாருடைய கவிகளை நாம் அனுபவிக்கிறது ஒரு விதம். பிள்ளையவர்கள் அனுபவிக்கிற விதம் தனி. கவிகள் என்றால் வார்த்தைகளாலும் இசை தாளங்களாலும் அனுபவிக்கப் படுபவை. அவைகளில் காண்கிற கதிபேதங்களும், துள்ளல்களும், நெளிவுகளும் அபூர்வமான ஆனந்தத்தை விளைவிக்கின்றன. இவ்வாறு உண்டாகிற ஆனந்தம் வெளி உலகத்தில் பார்க்கிற

பலவேறு வகைப்பட்ட காட்சிகளை எப்படியோ நினைவுக்குக் கொண்டுவந்து விடுகிறது.

ஏட்டோடும் இலக்கணத்தோடும் ஒட்டிக்கிடக்கும் நகரவாசிகளுக்கு இயற்கையின் நயமும் அழகும் கொஞ்சமும் தெரியாது என்பதைக் குறிப்பதற்காகவே பட்டிக்காட்டான் ஒருவனைக் கொண்டு வந்துவிட்டு, அவனைப் பாரதியார் பாடலைக் கேட்கச் செய்து, அவன் அடைந்த ஆனந்தத்தை அவனே மற்றொரு பட்டிக்காட்டானுக்குத் துள்ளிக் குதித்துச் சொல்லும்படி செய்கிறார்கள்:

"பாட்டுக்கொ ருபுலவன் பாரதிய டா—அவன்
பாட்டைப்பண் ணோடொருவன் பாடினான டா
கேட்டுக்கி றுகிறுத்துப் போனேனேய டா—அந்தக்
கிறுக்கில் உளறுமொழி பொறுப்பாய டா.

குயிலும்கி ளியும்பாட்டில் கூவுமேய டா—மயில்
குதித்துக்கு தித்துநடம் ஆடுமேய டா
வெயிலும்ம ழையும்அதில் தோன்றுமேயடா—மலர்
விரிந்துவி ரிந்துமணம் வீசுமேய டா.

நாட்டுமொ ழியும்அவன் பாட்டின்இசை யில்—மிக்க
நல்லகற் கண் டினிமை சொட்டுமேய டா
ஏட்டில்இம் மந்திரந்தான் கண்டவருண் டோ—(ஈதங் கு)
ஈசன்தி ருவருள்என் றெண்ணுவாய டா.

உள்ளம்தெ ளியும்ஒரு பாட்டிலேய டா—மிக்க
ஊக்கம்பி றக்கும்ஒரு பாட்டிலேய டா
கள்ளின்வெ றிகொளும்ஓர் பாட்டிலேயே டா—ஊற்றாய்க்
கண்ணீர்சொ ரிந்திடுமோர் பாட்டிலேய டா."

இந்தக் கவிதான், கவிக்குச் சரியான விமரிசனம். இதை மேல்நாட்டாரும் ரவீந்திரரும் உணர முடியுமாயின், எப்படி எப்படியெல்லாம் ஆனந்தக் கூத்தாடுவார்களென்று சொல்ல முடியாது.

கடைசியாக ஒரு வார்த்தை: தேசிகவிநாயகம் பிள்ளை அவர்களின் பாடல்கள் தமிழ் மக்களுக்குக் கிடைத்த பெருஞ் செல்வம், அரிய செல்வம், தெவிட்டாத அமிர்தம்; ஆயுள்நாள் முழுதுமே தமிழ்மகன் தன்னுடன் வைத்துக்கொண்டு அனுபவிக்க வேண்டிய வாடாத கற்பகப் பூஞ்செண்டு. வயசானவர்களைவிட இளைஞர்கள் பாக்கியசாலிகள் – அறுபது, எழுபது, எண்பது ஆண்டுகள் அவர்கள் இந்தக் கவிகளை அனுபவித்துக் கொண்டிருக்கலாம் அல்லவா? தமிழ் உலகம் பிள்ளையவர்களுக்கு ரொம்பவும் கடமைப்பட்டுள்ளது.

(15 பிப்ரவரி 1939)

~

14

பண்டைக்காலத்து மாமா ஒருவர்

நாற்பது வருஷங்களுக்கு முன்னே நரசிம்மராவ் செட்டுதான் செட்டு. நாடகக் கம்பெனி வரப்போகிறதாக இரண்டு மாசத்துக்கு முன்னமேயே ஊரெல்லாம் பேச்சு. கொட்டகை போடுகிறதைப் பார்க்கவே மாடுபோட்டு வண்டியேறி வருவார்கள். நடிகர்கள் வந்தவுடன் ஒரு பரபரப்பு; அவர்களில்ச் சிலர் வந்து சேரவில்லை என்கிறதிலும் ஒரு பரபரப்பு.

நாடக மேடையில் நடிக்கிறதெல்லாம் அதிசயந்தான். ஒரு அணாத் தரை 'டிக்கட்'டிலிருந்து அரை ரூபா 'ரிசர்வ் சேர்' உள்பட எல்லோருக்கும் ஒரே திருப்தி. சூத்திரதார் வந்து ஒரு மணி நேரம் பீடிகை போடுவார். பிள்ளையார் சரஸ்வதி இரண்டு பேருமே விதூஷகனைத் தினந்தோறும் 'விதூஷகனாகக் கடவது' என்று சாபமிடுவார்கள். 'ராஜபார்ட்' என்றால் காம்பீர்ய மயந்தான். பேச்சு, பாட்டு, முக்கியமாக நடை இதெல்லாம் தேவலோகத்திலிருந்து எழுதி வருத்தியதாகத் தோன்றும். "ராக்ஷஸப் பார்ட்" வந்துவிட்டாலோ கேட்க வேண்டியதில்லை. நாடக மேடையையே எதிரியென்று மிதிப்பார். 'ஹா, ஹோ' என்று இடியேறு நாணும்படி முழங்குவார். குந்துருக்கம் போட்டு வாயிலிருந்து அக்கினிச் சுவாலையைக் கொப்புளிக்கச் செய்வார். அதிலும், தன் ஆட்சிக்குட்பட்ட 'அதல விதல சுதல ...' என்னும் பதினாலு லோகங்களையும் எடுத்துச் சொல்லும்போது, அந்தப் பதினாலு லோகங்களுமே உதிர்ந்து நம்மேல் விழுந்துவிடுமோ

என்று சொல்லத் தோன்றும். இதெல்லாம் சேர்ந்து எவ்வளவோ பயத்தை உண்டாக்கினாலும், இப்பேர்ப்பட்ட ராக்ஷஸர்கள் நாடகக் கொட்டகைக்கு வெளியே இல்லையென்ற உறுதியினால் எல்லோருக்கும் மனசுக்குள் எவ்வளவோ ஆறுதலுந்தான். இது போக, அழுகிற கட்டம் வந்து விட்டாலோ ஸ்திரீ பார்ட்டுக்காரன் அழுகையை லேசில் விடுகிறதில்லை. ஒரு மணி, இரண்டு மணி, மூன்று மணி நேரமேதான் ஆனாலென்ன? சோகம் பொங்கிக் கொண்டேதான் இருக்கும். சோகரஸத்தை அந்தக் காலத்தில் மணிக்கணக்கில்தான் கணக்கிடுகிறது. இரண்டு மணிநேரம் அழுதான். மூன்று மணி நேரம் அழுதான் என்கிறது; ஆனால், படிமரக்கால்க் கணக்கில் கண்ணீரை அளந்து கணக்கிட்டால் எளிதாய் இருந்திருக்கும்; துல்லியபமாயும் இருந்திருக்கும்.

இப்படியாக நவரஸங்களையெல்லாம் ஏற்பட்ட பாத்திரங்கள் மூலமாகப் பரிமாறிக்கொண்டு வந்தாலும், எல்லோருக்கும் ஒரு பார்ட்டில்தான் ரொம்ப ப்ரீதி. அது எது என்றால், மாமா பார்ட்டு. அவர் நாடக மேடையில் உலாவும் தாசிக்கும் அவளை நாடி வருவோருக்கும் எப்படி மாமாவோ, எப்படி வேண்டியவரோ, அப்படியே நாடகம் பார்ப்பவர்கள் எல்லோருக்கும் மாமாதான், வேண்டியவர்தான். மாமா பார்ட்டு இல்லாத நாடகம் நாடகமே இல்லை. மாமா பார்ட்டு இல்லையென்றால் டிக்கட்டை வாபஸ் செய்யக்கூட எத்தனிப்பார்கள் ஜனங்கள்.

மாமாவின்மேல் மாத்திரம் இவ்வளவு உரிமை பாராட்டுகிறது எங்கே இருந்து வந்தது? காரணம், நாடகமேடையில் விஜயம் செய்யும் ராஜா, ராணி, ராக்ஷஸர்கள் எல்லோரும் வேறு உலகத்தைச் சேர்ந்தவர்களாயிருக்க, மாமா ஒருவர் மட்டுந்தான் இந்த உலகத்தைச் சேர்ந்தவர். அந்தக் காலத்தில் மிராசுதார்கள் வீட்டிலும் பண்ணையார்கள் வீட்டிலும் அவர் நடமாடித் திரிவதைச் சாதாரணமாய்ப் பார்க்கலாம். நாடகமேடையில் அவரைக் கண்டதும் ஏதோ எஜமானனைத் தேடித்தான் தெரியாமல் இராத்திரி ஆனதனால் ஸ்டேஜுக்குள் புகுந்து விட்டாரோ என்று தோன்றும்.

மிராசுதார் வீட்டுக் காரியங்களில் மாமா புகாத முக்குமுடை கிடையாது. நாற்று நடுக்கைக்கு ஆள் திரட்ட வேண்டுமானால் அவர்தான். சர்க்கார் உத்தியோகஸ்தர்களைப் பார்க்க வேண்டுமானால் அவர்தான். வண்டிபோட வேண்டுமானால் அவர்தான். சாயங்காலம் சிநேகிதர்களுக்குப் பலகாரம் 'சப்ளை' செய்ய வேண்டுமானால் 'இதோ தயார்' என்பார். விருந்தோ கிரகப்பிரவேசமோ கலியாணமோ வந்துவிட்டால், மாமாவின் உபசாரத்தையும் அவர் உரிமை பாராட்டுவதையும்,

அருமை பாராட்டுவதையும் பார்த்தால், அவர் இல்லாமல் என்னதான் ஆகும் என்றே படும். மாமா ஒருவரா, அல்லது நூற்றுக்கணக்கான உருவங்களாகத் தன்னைப் பெருக்கிக் கொண்டுதான் உலாவுகிறாரா என்று சொல்லத் தோன்றும். வந்தவர்களெல்லாம் முறை கொண்டாட ஆரம்பித்து, எங்கே பார்த்தாலும் ' மாமா மாமா' என்ற சப்தந்தான்.

இப்படியாக, தோட்டி முதல் தொண்டைமான் வரைக்கும் எல்லோரும் உபசாரப்படுத்தி முறை கொண்டாடி வந்தாலும், ஒரு இடத்திலே மாமா பாடு ஆபத்துதான். வீட்டுக்குள்ளே போகிறதென்றால், அவருக்குப் புலிக்குகைக்குள் போகிறதுபோலத்தான். வீட்டு அம்மாளைக் கண்டதும் கருடனைக் கண்ட சர்ப்பம்போல் ஒடுங்கிவிடுவார். இரவில் மூண்டுகொண்டிருந்த கோபமெல்லாம் விடியற்காலம் சுவாலையாக வீசி அவர் மேல்ப் பாயும். பிள்ளைகளாவது யாராவது மாமா என்று சொல்லிவிட்டால்ப் போதும். 'மாமாவா, கீமாவா' என்ற அதட்டல் உடனே வரும். அவர் நேராகத் தென்பட்டால் 'விழுவான்' தொட்டு சகஸ்ர நாமாவளி அர்ச்சனைதான்.

மாமாவின்மேல் அம்மாளுக்கு எவ்வளவோ எரிச்சல் இருந்தபோதிலும், அவர் இல்லாமல் வீட்டுக் காரியம் ஒன்றும் சாயாது என்பது தெரியும். பால் கறக்கிறவன் வர நாழிகை ஆய்விட்டால், 'விழுவானைக்' கூப்பிடச் சொல்லி, "இவ்வளவு நாழியலும் எங்கே தொலைஞ்சு போனாய்? சுத்த வெட்டி. பாலைக் கறந்து தொலை" என்று சொல்லவேண்டி வரும். அவர்தான் பிள்ளைகளைப் பள்ளிக்கூடத்துக்குக் கொண்டு போய் விடவேண்டும். அம்மாளுக்கு அலுவலாய் இருந்தால், பள்ளிக்கூடத்துக்குப் போகிற பெண்களுக்குத் தலைவாரி விட்டு விடுவார். அய்யா முதல் அம்மா வரைக்கும் அவர்தான் ஆஸ்பத்திரியிலிருந்து மருந்து வாங்கிவர வேண்டும். நல்ல மாதிரியாகக் கூடையிலே வைக்கோல் போட்டு, பத்து சீசாவையும் வைத்து அப்படியே கொண்டுவந்து சேர்ப்பார். கார்த்திகையன்று இரவு கோயிலுக்குப் போக வேண்டுமென்றால், கோயிலில் எல்லாவற்றையும் ஏற்பாடு பண்ணிவிட்டுக் குழந்தையைத் தோள்மேல் வைத்துக்கொண்டு அரிக்கன் லாந்தலையும் எடுத்துக்கொண்டு, அம்மாவுக்கு முன்னால் நடக்கத் தயாராக நிற்பார். இவ்வளவும் 'விழுவானால்' தான் நடக்க வேண்டியிருப்பதால், 'வெடு வெடு' என்று பேசுகிறதைக் கொஞ்சம் மறக்கிற நேரங்களும் உண்டு அம்மாளுக்கு. ஆனால் அது அபூர்வந்தான். பொதுவாக, நல்ல மாதிரிச் சேலைகளை ஜவுளிக் கடையிலிருந்து பொட்டணமாக அவரே தூக்கிக்கொண்டு வந்த

சமயங்களில் தான் அவருக்குக் கொஞ்சம் உபசாரம். அந்த உபசாரத்திலுங்கூட, அடிக்கடி சுருக்கென்று தைக்கும்படியான வார்த்தைகளும் சேர்ந்து பாயும்.

மிராசுதார் வீட்டிலே அம்மாளுக்கும் மாமாவுக்கும் ஏழாம் பொருத்தம் என்பது நாற்பது வருஷத்துக்கு முன் உண்மை; தற்போதும் உண்மை; தமிழ்நாட்டில் ஆயிரம் ஆண்டுகளுக்கு முன்னும் உண்மையே. அக்காலத்தில் புலவரொருவர் இந்த உண்மையை எப்படிக் கவியிலே கையாளுகிறார் என்பதைப் பார்ப்போம்.

~ ~

நந்திவர்மன் தமிழ்நாட்டில் அரசு செலுத்திவந்த பல்லவ அரசர்களில் முக்கியமானவன். பலதடவை போர் புரிந்து வெற்றியும் புகழும் படைத்தவன். எல்லாவற்றிலும் அதிகமான புகழ் அவன் தமிழையும் தமிழ்ப் புலவரையும் பரிபாலித்து வந்ததற்கே. புலவர்கள் அவனைத் தெய்வமாகக் கொண்டாடி வந்தார்கள். அவனுடைய வீரம், வெற்றி, கொடை முதலானவைகளைப் பற்றி எவ்வளவோ புகழ்ந்தார்கள். அதோடு, அக்காலத்து மரபுக்கு ஏற்ப, அவனுடைய அழகையும் பற்பல விதமாக எடுத்துக் கூறி மகிழ்ந்தார்கள். அதில் ஒரு விதம் நாயகன் பரத்தையரால் மயக்கப்பட்டு அவர்கள் பால் பாசம் வைக்க நேருகிறதும், இதற்குப் பாணன் (அதாவது, பாட்டுப் பாடுகிறவன்) காரணமாகவும் தூதாகவும் இருப்பதும் தெரிந்து, நாயகி மனவருத்தமும் பாணன்மேல் கோபமும் கொள்ளுவதாகத் துறை அமைத்துப் பாடுவது. இந்தத் துறைக்குக் கவி ஒரு நாடகம் கற்பிக்கிறார்.

ஒரு நாள் நாயகியின் தாயும் தங்கையும் அவளைப் பார்க்க வந்திருக்கிறார்கள். அன்று இரவு சாப்பாடெல்லாம் முடிந்து பத்து மணிக்கு மேலாய்விட்டது. சாதாரணமாகப் பாட்டுக் கச்சேரிகள் நடக்கிற ‘ஹாலில்’ (பேரரங்கில்) நாயகன் மற்ற சகாக்களோடு இருக்க, பாணர் பாட ஆரம்பிக்கிறார்.

மாமாக்களுக்குத் தெம்மாங்கு, தில்லானாப் பாட்டு, பதம் கொஞ்சம், துக்கடாக்கள் கொஞ்சம் எல்லாம் பாட வரும். சகாக்களெல்லோரும் தாளம் போட்டும், தலையசைத்தும், ‘சபாஷ்’ கொடுத்தும் வந்ததிலிருந்து, பாணருக்கு உத்ஸாகம் மேலிட்டுப் பிரமாதமாக ஆவேசத்தோடு நெடுநாழிகை பாடினார். அரங்கிலிருந்து கேட்டுக்கொண்டிருந்தவர்களெல்லோரும் ரொம்ப மெச்சினார்கள். கச்சேரி கலைந்தது. அந்தப்புரம் உள்பட, வீட்டிலுள்ளவர்கள், முக்கியமாக அயலூரிலிருந்து வந்தவர்கள், எல்லோரும் பாட்டைக் கேட்டு ஆனந்தித்திருப்பார்கள் என்ற

உறுதியினாலும் எக்களிப்பினாலும் பாணருக்கும் அன்றிரவு தூக்கம் நன்றாய் வந்தது.

காலையில் எழுந்திருந்து தலைவனுக்கு வேண்டிய பணிகளையெல்லாம் கவனித்துவிட்டு, எப்போதும் போல் அந்தப்புரத்துக்குப் போனார். பாணர் போகும்போது நாயகியின் தாயும் தங்கையும் தன் பாட்டை மெச்சிப் பேசுவார்களென்று நம்பிப் போனார். நாயகியை மாத்திரம் சந்தித்தார். அவள்,

"பேணி இசைவளர்க்கும்
நந்திபெம்மான் பேரரங்கில்"

என்று ஆரம்பித்தவுடனே, பாணருக்கு அவள் தன் பாட்டைக் குறித்துத்தான் பேச ஆரம்பித்தாள் என்று சந்தோஷம் ஏற்பட்டது. உடனே,

"ஏணொலி நென்னல் இரவெழலும்"*

என்று சொல்லவும் கொஞ்சம் திகைத்தார். பிறகு,

"– பாணகேள்:
பேய்என்றாள் அன்னைதான்
பேதைஎன் தங்கையும்
நாய்என்றாள்"

என்று சொல்லிக் கொஞ்சம் நிறுத்தினாள். பாணர், "சரி, இது ஏதோ கூக்குரல் ஒன்றைக் கேட்டு, புதிதாய் வந்தவர்கள் ஆனதால், தாயும் மகளும் பயந்ததுதான்; வேறொன்றும் இல்லை' என்று எண்ணி அமைதி அடைந்தார். ஆனால் தேள்க் கொடுக்கு போலக் கடைசியில் வந்தது உண்மை:

"நீ என்றேன் நான்!"

பாணர் மனம் துடித்துவிட்டது.

இப்போது, வெண்பா முதலிலிருந்து கடைசிவரை அமைந்து நிற்கிற கோலத்தைப் பார்ப்போம்:

"பேணி இசைவளர்க்கும்
நந்திபெம்மான் பேரரங்கில்
ஏணொலி நென்னல்
இரவெழலும், –பாணகேள்:
பேயென்றாள் அன்னைதான்,
பேதைஎன் தங்கையும்
நாய்என்றாள், நீயென்றேன்
நான்."

---

* ஏணொலி – பேரிரைச்சல். நென்னல் – நேற்று.

இதை இவ்வாறு, நாடகமாக அமைத்துப் புலவர்பாடக் கேட்டவுடனே, தமிழில் மோகமுள்ள நந்திக்கு என்ன என்ன களிப்பெல்லாம் ஏற்பட்டிருக்கும்? வஞ்சகப் புகழ்ச்சியின் சாதுரியத்தையும் நுட்பத்தையும் எண்ணும் போதெல்லாம் நகைப்பும் வியப்பும் பொங்கிப் பொங்கி எழுமல்லவா? புலவருக்கும் கவிக்கும் எதைத்தான் கொடுக்கத் தோன்றாது? உயிரையே கொடுக்கலாம் என்று சொல்லுவானானான். அது அந்தப் பாட்டில் அவனுக்குள்ள மோகத்தைத் தெரிவித்த நயமான முறையாகும். அந்தச் சமயம் அவனோடு கூட இருந்திருந்தால், "ஆம் ஆம்" என்று ஆமோதிப்போம் நாமும்.

(15 ஜூன் 1932)

~

15

என் அத்தை

ஸ்ரீமான் வி.வி. ஸ்ரீனிவாச ஐயங்கார் என்றால் சென்னையிலே ஒரு தத்துவம். மேல்நாட்டு இலக்கியமோ, கலையோ, நம்முடைய இலக்கியமோ கலையோ அனுபவிக்கப் பெறவேண்டுமானால், ஆதரவு பெறவேண்டுமானால், 'லக்ஷ்மி விலாசம்' தான் இடம். பிரபலமான ஹைக்கோர்ட் வக்கீல்தான். புகழ் படைத்த ஹைகோர்ட் ஜட்ஜ்தான். ஆனால், அந்த வி.வி. ஸ்ரீனிவாச ஐயங்காரைப் பற்றி இப்போது பேச வரவில்லை. மேல் நாட்டுக்கலை விற்பன்னர்களும், வடமொழிப் புலவர்களும், தமிழ்மொழிப் புலவர்களும் சதா சுற்றப்பட ஒழுகும் ஸ்ரீனிவாச ஐயங்காரைப் பற்றித்தான் பேச்சு.

லக்ஷ்மி விலாசத்துத் தோட்டத்துக்குள் போவோமானால், குண்டஞ்சி வேஷ்டிகளையும் காஷ்மீர் சால்வைகளையும் போர்த்துக்கொண்டு, வீட்டுக்குள் நுழைவோரும், வராந்தாவில் உலாவுவோரும், மரத்து நிழலில் நிற்போருமான மனுஷர்களைப் பார்க்கலாம். விசாரித்தால், அவர்கள் சாஸ்திரிகள், வித்துவான்கள், பண்டிதர்கள் என்று தெரியவரும். அவர்களுள் ஒருவர் பாலசரஸ்வதி கிருஷ்ணமாச்சாரியார் என்ற தமிழ்ப் புலவர்.

பாலசரஸ்வதி கிருஷ்ணமாச்சாரியார் தமிழ் இலக்கியங்களை அனுபவித்து அறிந்த புலவர். முக்கியமாக, கம்பராமாயணத்தைக் கவி இதயத்தோடு ஒட்டி வாசித்து அனுபவித்தவர். அவர் கம்பருடைய கவிகளைப் பாடி விளக்கிக் காட்டும்போது கேட்போர் எல்லோரும் கவிகளின் உள்ளக்கிடையான பாவத்திலேயே அழுந்திப்

பரவசமாவார்கள். அவர் மூன்று வருஷகாலம் ஸ்ரீமான் வி.வி. ஸ்ரீனிவாச ஐயங்காருடன் இணைபிரியாமல் இருந்து வந்தார் என்று சொல்லக்கூடிய விதமாக சதா உடன் வசித்து வந்தார். வீட்டில் எப்போதும் உடன் வசித்தார் என்பது சொல்லவேண்டியதில்லை. கடற்கரைக்குச் சவாரி போனால், மோட்டார் வண்டியிலே பக்கத்தில்தான் இருப்பு. பெரிய பெரிய கேஸுகளுக்காகத் தஞ்சாவூருக்கோ, மங்களூருக்கோ, திருநெல்வேலிக்கோ போகிறதாயிருந்தால், பாலசரஸ்வதி கிருஷ்ணமாச்சாரியும் கூடவே போவார். கேஸ் சம்பந்தமாக அல்லவே அல்ல; அலங்காரத்துக்கும் அல்ல; கம்பராமாயணத்தின் ரஸத்தை அனுபவித்து அளவளாவிக்கொண்டிருக்கவே.

அவர்கள் இருவரையும் கொண்டு பண்டைக்காலத்து வள்ளல்களுக்கும் அவர்களுடைய புலவர்களுக்கும் இடையே இருந்த நட்பு எத்தகையது என்று அறிந்துகொள்வது எளிது. ஸ்ரீமான் ஐயங்காருக்குப் புலவரிடத்தில் அதிகம் பிரியமா, புலவருக்கு ஐயங்காரிடம் பிரியத்தில் அதிகமா என்று அளவிட்டுச் சொல்ல முடியாது. ஆனாலும், உண்மையை வெளியாக விளக்கக்கூடிய திறம் வாய்ந்தவர் புலவர் என்று சொல்லிவிடலாம்.

ஒருநாள் ஞாயிற்றுக்கிழமை காலை ஸ்ரீமான் ஐயங்கார் வீட்டுக்கு நான்போய்ப் பல விஷயங்களைப் பற்றி அளவளாவிக் கொண்டிருக்க நேர்ந்தது. கலைகளைப் பற்றியும் கவியின் தத்துவத்தைப் பற்றியும் பேச நேர்ந்தது. கடைசியாக ஆண்டாள் பாசுரங்களைப் பற்றிப் பேச்சு வந்தது.

திருமங்கை ஆழ்வாரும் நம்மாழ்வாரும் காதல்த் துறையில் எத்தனையோ பாசுரங்கள் பாடியிருக்கிறார்கள். ஆனால் அவற்றில்த் காதலின் உண்மையான தத்துவம் அவ்வளவாகக் காண்கிறோம் என்று சொல்ல முடியாது. ஆண்டாள் பாசுரத்தில்தான் உண்மையான காதல் தத்துவம் வெளியாகிறது; ஏன், ரொம்பவும் துலாம்பரமாக வெளியாகிறது. கண்ணபிரான் வாயில்வைத்து ஊதிய வெண்சங்கை நோக்கி, ‘திருப்பவளச் செவ்வாய் தான் தித்தித்திருக்குமோ?... சொல்லாழி வெண்சங்கே!’ என்று கோபிகை ஏக்கத்தோடு சொல்லும்போது, காதல் தத்துவம் எவ்வளவு ஆழத்தில் கிடப்பது, எவ்வளவு வேகத்தோடு கூடியது என்பது தெளிவாகிறது. இந்த விஷயத்தைப் பெண்பாலாகிய நாச்சியார் பாடினாள் என்று சொல்லுவது மரபு. இந்த மரபைக் கொஞ்சம் மறந்துவிடுவோம்.

ஆடவராகிய பெரியாழ்வார் தம்மைத் தாயாக வைத்துக் கொண்டு, கண்ணனைத் தன் குழந்தையாகப் பாவித்து அருமையாகப் பிள்ளைக் கவிகளைப்பாடியிருக்கிறார். இதே

விதமாக அவர் தம்மைக் கோபிகையாக வைத்துக்கொண்டு கிருஷ்ணபகவானைக் காதலனாகப் பாவித்து வெண்சங்கை நோக்கி இந்தப் பாசுரங்களைப் பாடினார் என்று சொல்லுவோமானால், மனோதத்துவம் ஓடி ஆடிப் பறப்பதற்கு எளிதாயிருக்கும். அதுவே உயர்ந்த சிருஷ்டி தத்துவம் ஆகும்; ஸ்தூல தத்துவத்தை விட்டு உண்மையான உணர்ச்சி உலகத்துக்குப் போவதாகும்; காதல்த் தத்துவத்தையே கையினால்ச் சுட்டிக் காட்டியதாகும்.

இவ்விதமாக, கவி என்னும் விஷயத்தைப் பற்றிச் சில வார்த்தைகள் சொல்லி நிறுத்தினேன். ஸ்ரீமான் ஐயங்கார் நான் சொன்னதை ஆமோதித்துப் பின்வருமாறு பேசினார்.

“நானும் என் தம்பி தங்கையரும் குழந்தைப் பருவமாய் இருந்தபோதே எங்கள் தாய் தந்தையர் காலஞ்சென்று விட்டார்கள். எங்களை வளர்த்து அருமை பாராட்டியதெல்லாம் எங்கள் அத்தைதான். அத்தைக்கு வேறு குழந்தை கிடையாது. நாங்கள்தான் எல்லாமாய் இருந்தோம். அவள் எங்களிடம் வைத்திருந்த ஆசையும் அன்பும் இன்னதென்று சொல்ல முடியாது. ரொம்ப முதிர்ந்த வயசு வரையில் இருந்து காலமானாள். வயசு அதிகம் ஆகித் தளர்ந்துபோய் இருந்ததால், அவள் இறந்த அன்றைக்கு எங்களுக்குத் துயரம் அவ்வளவாக உண்டாய்விடவில்லை. இறந்து பதின்மூன்று நாள்களும் முறைப்படி அபரக்கிரியைகள் நடந்தன.

“கிரியைகள் முடிவாகும் பதின்மூன்றாம் நாள் சாயங்காலம் வைதிக முறைப்படி பிரபந்தப் பாடல்கள் பாடினார்கள். பிறகு, அங்கு வந்திருந்த சமஸ்கிருத பண்டிதர்கள் தாம் பாடியிருந்த சரமசுலோகங்களை வாசித்தார்கள். அவை எல்லாம் முடிந்தான பிறகு, பாலசரஸ்வதி கிருஷ்ணமாச்சாரியார் சபைக்கு வந்து, தாம் பாடிவந்த ‘என் அத்தை’ என்ற தமிழ்ப் பாடல்களைப் பாடினார். அவ்வளவுதான். எல்லோருக்கும், உட்கார்ந்திருந்தவர் நின்றவர் ஆண் பெண் எல்லோருக்குமே, கண்ணிலிருந்து கண்ணீர் துளிக்க ஆரம்பித்துவிட்டது. அத்தையம்மாள் இறந்துபோன அந்தத் தருணத்தில் கண்ணீர் வராத எங்களுக்குப் பதின்மூன்று நாள் கழிந்த பிறகு மனங் கலங்கிக் கண்ணீர் பெருகி விட்டது. அத்தை முறை கொண்டாடாதவர்களே கண்ணீர் விட்டார்கள் என்றால், அத்தை முறை கொண்டாடும் உரிமையுடைய எங்கள் பாடு இன்னதென்று சொல்ல வேண்டியதில்லைதானே!”

இவ்வாறு ஸ்ரீமான் ஐயங்கார் சொல்லி, கண்ணாடிச் சட்டம் போட்டு வைத்திருந்த பாடலை உள் வீட்டிலிருந்து கொண்டுவரச் செய்து என்னிடம் கொடுத்தார். அதுதான் கீழே சொல்லப்போகும் கவி.

உண்மையான கவி ஒன்று பாடப்படுமானால் கவிஞன் செய்த புண்ணியம் என்று மாத்திரம் சொல்லக்கூடாது; அந்தப் பாஷையும் பாஷைக்குரிய மக்களுமே சேர்ந்து செய்த புண்ணியம் என்று சொல்லவேண்டும். பாலசரஸ்வதி கிருஷ்ணமாச்சாரியாருக்குத் தமிழ்ப் பாஷையே வந்து பாடும்படித் தூண்டி உதவியும் புரிந்தது என்று சொல்லத் தோன்றுகிறது. அவ்வளவு எளிமை, அவ்வளவு பாவம், அவ்வளவு சொல் வாய்ப்பு.

என் அத்தை

“பித்தை தனைக்கோதிப்
பின்னிப் பெருமணிப்பூங்
கொத்தை முடித்துக்
குலவத் திலகம்இட்டு
தத்தை மொழிபயிற்றித்
தாலாட்டிச் சீராட்டி
அத்தை தனைப்போல
ஆதரிப்பார் ஆரேயோ!*

முத்தைப் பழித்தொளிரும்
மூரல் முதிரைவகை**
மத்தைக் கொடுகடைய
வந்த நறுவெண்ணெய்
சத்தைத் தரும்நெய்
தயிர்பால் இவற்றுடனே
அத்தை தனைப்போல்
அமுதளிப்பார் ஆரேயோ!***

முத்தை மணியை
முழுக்கனகச் சங்கிலியின்
கொத்தை அணிந்து
குழை அணிந்து பட்டுடுத்திப்
புத்தைத் தடுக்கும்
புதல்வன்இவன் என்றெண்ணி
அத்தை தனைப்போல்
அலங்கரிப்பார் ஆரேயோ”

ஆதரித்தாள், அமுதளித்தாள், அலங்கரித்தாள். எப்படிப் புத்திமதி கூறினாள் என்று பார்ப்போம்:

“இத்தைச் செய்யாதே
இதனை இயம்பாதே
சொத்தைப் பரிபாலி
சோம்பித் திரியாதே

---

* பித்தை – தலைமுடி

** மூரல் – அன்னம்; முதிரை – பருப்பு.

*** புத்து – புத்திரன் இல்லாதவர் போகும் நரகம்.

வித்தை விரும்பென்று
நாளும் விதம்விதமாய்
அத்தை தனைப்போல்
அறிவுறுப்பார் ஆரேயோ!"

ஆசீர்வதிக்கும்போது ஏற்படுகிற ஆத்திரந்தான் என்ன?

"வித்தை தலைஎடுக்க
வேண்டாதார் கண்முன்னே
மெத்தைப் பெருவீடு
கட்டி விபவமுடன்
சொத்தைப் பெருக்கிச்
சுகமாக வாழ்வைஎன
அத்தை தனைப்போல
ஆசிசொல்வார் ஆரேயோ!

வித்தை அளித்து
விபவம்மிக உண்டாக்கி
தத்தை மொழியாள்
தனிமணமும் செய்வித்து;"

இந்த இடத்திலே ஆர்வம் துள்ளிக் குதித்துப் பொங்கி வருகிற அதிசயத்தைப் பார்க்க வேண்டும்:

"எத்தைத் தருவ(து)
எனஇன்றி, எல்லாமும்
அத்தை தனைப்போல்
அருள்செய்வார் ஆரேயோ!"

அடுத்த கவியில், அதாவது கடைசிக் கவிக்கு முந்தின கவியில், எதுகை மாறுகிறது. மாறுகிறதனால் உண்டான பயனும் தெரியவரும்:

"என்னத்தைக் கண்டாய்
இளம்பிள்ளை நீயறியாய்
சொன்னத்தைக் கேளாய்!"

இந்தக் கோபமெல்லாம் எப்படி இளகி விடுகிறது, அடுத்த வரும் வார்த்தையில்!

"துரையே! எனக்கொஞ்சிக்
கன்னத்தை முத்தம்இட்டு
கட்டி அணைத்(து) எனக்கு
என்னத்தை போல
இதம்சொல்வார் ஆரேயோ!"

இந்தக் கவி கடாக்ஷத்தினால் வந்தது, புலவருக்குச் சம்பந்தம் இல்லை என்றுகூடச் சொல்லலாம். இனி, கடைசிக் கவியில், உற்றாரை எல்லாம் விலக்கிவிட்டு, இதயத்தில் தனியிடம் அத்தைக்கு அமைக்கிற அழகு தனியான அழகு;

"முத்தைப் பழிக்கும்
  முளைமுறுவல்க் காதலியும்
பித்தைத் தரும்செல்வப்
  பிள்ளைகளும் பின்னவனும்
தத்தைக்(கு) இணையாகத்
  தங்கைகளும் தாம்இருக்க,
அத்தை தனைப்போல்
  அரியவர்தாம் ஆரேயோ!"*

இந்தப் பாடல்களைக் கேட்டால் யாருக்குத்தான் மனங் கலங்காது, கண்கலங்காது? அத்தையின் மனதில்த் தோன்றிய ஆசைகளையும் கிளர்ச்சிகளையும் மலையிலிருந்து விழும் அருவிபோல் எவ்வளவு அழகாகத் துள்ளித் துள்ளி இறங்கச் செய்கிறார் புலவர்! ஸ்ரீமான் ஐயங்காரின் இதயத்துக்குள் கூடுவிட்டுக் கூடு பாய்ந்து விடுகிறார். பாடல்களில் உள்ள எதுகைகள் எல்லாம் 'அத்தை! அத்தை! என் அத்தை!' என்று ஏங்குகின்றன, கதறுகின்றன. நம்முடைய இதயங்கள் போலவே தமிழ்ச் சொற்களும் அத்தையை நோக்கிச் செல்கின்றன. ஆயிரக்கணக்கான வருஷங்களாகப் பழுத்தது தமிழ் என்பதைச் சுவைத்தே உணர்ந்து விடுகிறோம்.

உண்மையை எல்லாம் குறை வைக்காமல் சொல்லிவிடக் கவிஞருக்குத்தான் உரிமை. மருமகனாகிய ஸ்ரீமான் ஐயங்காருக்கு இல்லையே!

"வேண்டாதார் கண்முன்னே
மெத்தைப் பெருவீடு
கட்டி"

என்று சொல்லிவிடக் கவிஞருக்கு உரிமை உண்டு. "தத்தை மொழியாள்", "முத்தைப் பழிக்கும் முளைமுறுவல்க் காதலி", "பித்தைத் தரும் செல்வப் பிள்ளைகள்", "தத்தைக் கிணையான தங்கைகள்" – இவர்களைப்பற்றிய உண்மையான இதயச் சாயலைப் பல வர்ணப் படங்களோடு பிரகாசித்து விளங்கச் செய்கிறார். என்ன எளிமை, என்ன இன்னிசை, என்ன ஆர்வம்! இம்மூன்றும் சேர்ந்தால்த்தானே கவி? தொன்மை தழுவிய கவி ஒன்று தமிழருக்குக் கிடைத்தது. பெரிய பாக்கியம்.

(அக்டோபர் 1937)

~

* முறுவல் – பல். பித்தை – மயக்கத்தை.

16

குற்றாலக் குறவஞ்சி

ஆயிரம் ஆண்டுகளுக்கு முன் தமிழில் அருமையான கவிகள் இயற்றப்பட்டன. திருக்குறள், திருவாசகம், காரைக்காலம்மையார் அற்புதத் திருவந்தாதி, குலசேகராழ்வார் பாசுரங்கள், பொய்கையாழ்வார் பாடல்கள், கலிங்கத்துப் பரணி, கம்பராமாயணம் முதலானவை அனுபவிக்கத்தக்க கவிகள். அவைகளைக் கற்கும்போது தமிழராகிய நமக்குத் தனித்த ஒரு பேருவகை பிறக்கிறது. அவைகளுக்குப் பிற்பாடு உண்டாயிருக்கிற நூல்கள் – புராணங்கள், கோவைகள், அந்தாதிகள் – எல்லாம் அனேகமாய்க் கவித்துவம் என்பது இல்லாத எதுகை மோனைகளைக் கணக்காக அமையும்படி செய்து தீர்த்த, செய்யுள்களாகத்தான் முடிந்தன. பின்வந்த ஆசிரியர்கள் பூர்வமான தமிழ்ப் பண்பு, கவிப் பண்பு, இதயப்பண்பு இவைகளை அறவே மறந்து விட்டார்கள். ஏன், ஒழித்துவிட்டார்கள் என்று சொல்லவேண்டியிருக்கிறது. தமிழ்க்கவி அஸ்தமித்துப் போய் விட்டதோ என்று அஞ்சவே தோன்றும்.

இந்த நிலைமையில், இருநூறு வருஷங்களுக்கு முன், திருநெல்வேலி ஜில்லாவில் மேலகரம் என்ற சுமார் ஐம்பது கூறை வீடுகள் உள்ள, சிறிய ஊரில் இருந்த புலவர் ஒருவர் தமிழ் பாஷை யின் இன்ப நிலைகளை அனுபவித்தறிந்து அற்புத மான கவிகளைப் பாடி உதவினார் என்பது பாலைவனத்துக்கு மத்தியில் கற்பகக் காவைக்

கண்டது போலத்தான். புலவர் திரிகூடராசப்பன் கவிராயர் தம்முடைய புலமையைக் காட்டிவிட வந்த சொற்கோவை அல்ல, குற்றாலக் குறவஞ்சி; உண்மையாக இதயம் அனுபவித்த ரஸங்களைத் தமிழுக்கே உரிய இசையிலும் தாளத்திலும் வைத்துப் பாடிய பாடல்கள். வழக்கோடு ஒட்டிய தமிழில் எளிமைபடப் பாடியிருப்பதால் தமிழராய்ப் பிறந்த யாருமே கவிரஸத்தை அனுபவிக்கும்படியாக இருக்கிறது. தமிழ் நூல்களை முறையாகக் கற்றுணர்ந்தவர்களுக்கோ கற்கக்கற்கத் தெவிட்டாத தேன்தான்.

நாற்பது ஐம்பது வருஷத்துக்கு முன்பு, திருநெல்வேலி – மதுரைச் சீமையில் தமிழ் கற்றவர் என்றால், குற்றாலக் குறவஞ்சியைக் கல்லாதவராய் இருக்கமாட்டார்கள். மந்தை நாடகத்திலும் பரத நாட்டியத்திலும் குறவஞ்சிப் பாடலைப் பாடுவது சாமான்யம். எல்லாப் பள்ளிக்கூடங்களிலுமே பாடமாக வைத்துப் பாடும்படியாகக் கற்பிப்பார்கள்.

பிறகு ஆங்கில பாஷையை நம்மவர் கற்க ஆரம்பித்தார்கள்; பல்கலைக் கழகமும் பட்டம் அளித்துவிட்டது. அவ்வளவுதான். தமிழ் கற்பதே அகௌரவம் என்று ஏற்பட்டுவிட்டது. குற்றாலக் குறவஞ்சியைப் படிப்பது, அனுபவிப்பது என்பது கேவலம்! ஆங்கிலக் கவிகளை வைத்துக்கொண்டு எவ்வளவு கஷ்டப்பட்டாலும் சரி, அனுபவித்தோம் என்று மாத்திரம் சொன்னால் போதும்; அவர்களுக்குப் பெரிய பெரிய மதிப்பு.

குற்றாலக் குறவஞ்சிக்கு, இருபத்தைந்து வருஷத்துக்கு முன் ஒரு திருத்தமான பதிப்பும், பன்னிரண்டு வருஷத்துக்கு முன் இரண்டாவது பதிப்பும் வெளிவந்தன. ஆனாலும் குறவஞ்சியைத் தமிழுலகம் கவனித்த பாடாக இல்லை. காரணம், மேலே சொன்ன ஆங்கில மோகம் ஒன்று. மற்றது பண்டைத் தமிழ், பண்டைத் தமிழ் என்று வழக்கொழிந்த பாஷையில் எழுதிய நூல்களின் மேல் ஏற்பட்ட மோகம். தற்போது இந்த மோகமெல்லாம் கொஞ்சம் தெளிந்து வருகிறது. உண்மையான தமிழ்க் கவியை அனுபவிக்கவேண்டும் என்ற அவா தமிழர் பலருக்கும் உண்டாகி வருகிறது. குறவஞ்சிக்கும் பூர்வமாக ஏற்பட்ட மதிப்பு மறுபடியும் ஏற்படலாம் என்று சொல்லக் காரணம் இருக்கிறது.

குறவஞ்சி ஆசிரியர் காலத்தில், சாமானிய மக்களுக்கும் ஜமீன்தார்களுக்கும், வின்னியாசமான செய்யுள்களிலும் கற்பனை களிலும் மற்றும் போலியான விகடங்களிலும் விருப்பம் இருந்தது. ஆகவே, அவர்களுடைய விருப்பத்திற்கிணங்கினதனாலோ அல்லது மற்றப் புலவர்கள் ஏற்படுத்திய சம்பிரதாயத்தை அனுசரித்த காரணத்தினாலோ, அவசியம் அல்லாத

சிற்சில விஷயங்களும், கவிப் போக்குக்களும் அங்கொன்று இங்கொன்று காணக் கிடக்கின்றன. அவைகளை ஒதுக்கிவிட்டு நூலைப் பார்ப்போமானால், மிக மிக வியக்கக்கூடியதாகவும் தெவிட்டாத ரஸம் உள்ளதாகவுமே இருக்கக் காண்போம். ஏதோ பழம் புஸ்தகங்களையும் நிகண்டுகளையும் வாசித்துவிட்டு அவைகளையே அப்படியும் இப்படியுமாகப் புரட்டுகிற காரியம் அல்ல நூல். ஆசிரியர் இயற்கையை—புற இயற்கையையும் மக்களின் உள இயற்கையையுமேதான் – இதயத்தோடு ஒட்டவைத்து அனுபவித்தவர்.

“ஓடக் காண்பது பூம்புனல் வெள்ளம்
ஒடுங்கக் காண்பது யோகியர் உள்ளம்.”

இது புலவர் திருக்குற்றாலத்தை நேரில் கண்டு பாடியதல்லவா! திணை இலக்கணத்தை முன்னால் வைத்துக் கொண்டு எழுதிய வெறும் சம்பிரதாயச் செய்யுளா? மேலும், அவர் உண்மையான பழந்தமிழ்க் கவிகளை இதய தத்துவம் புலப்படும்படியாக ஊடுருவிக் கற்றிருக்கிறார். அது அடியில் வரும் கவியால் தெரிகிறது:

“வாகனைக்கண் டுருகுதை யோ – ஒரு
மயக்கமதாய் வருகுதை யோ!
மோகம் என்ப(து) இதுதானோ – இதை
முன்னமேநான் அறியேன்! ஓ!
ஆகம்எல்லாம் பசந்தே னே – பெற்ற
அன்னைசொல்லும் கசந்தே னே!
தாகம் அன்றிப் பூணே னே – கையில்ச்
சரிவளையும் காணே னே!”

காதல் துறையிலே, ‘வெள்வளையைக் காணோமே, காணோமே’ என்று பாடியதையெல்லாம் பார்த்துச் சடைத்துப் போயிருக்கிறோம். ஆனால், நம்முடைய ஆசிரியர் அதைக் கையாளுகிற விதத்தில் நாயகி கைவளையல்களை உண்மை யிலேயே காணாமற் போக்கிவிட்டு, அங்கும் இங்குமாகத் திகைத்துப் பார்க்கிற தோற்றம் நம் கண்முன்னால் வந்துவிடுகிறது.

குறத்தி வருகிறது, குறி சொல்லுகிறது; வேடன் வருகிறது, பறவைகள் மேய்கிறது முதலான பாடல்களைப் பார்த்தால், ‘கவியெல்லாம் காட்டிலும் மலையிலும்தான் சஞ்சரிக்கிறது’ என்று சொல்லத் தோன்றும். எத்தனை தடவை படித்தாலும் அந்தப் பாடல்கள் புதிதாகவே தோன்றும்.

சமய பக்தி என்றால் மூர்த்தியையும் அது சம்பந்தமாக ஸ்தலத்தையும் உடன் அனுபவிக்கிறதுதான்.

"சுற்றாத ஊர்தோறும்
சுற்றவேண் டாம்புலவீர்
குற்றாலம் என்றொருகால்
கூறினால்"

போதும் என்று அழகாக அனுபவித்துப் பாடுகிறார். இயற்கை அழகையும், கடவுள் தத்துவத்தையும் ஒன்றாய்ச் சேர்த்து அனுபவித்துவிடுகிறார். சிருஷ்டி தத்துவங்களில் உள்ள உண்மை களைத் தற்காலத்து ஸயன்ஸ் நிபுணர்களைப் போல நேர்முகமாகக் கண்டு அனுபவித்துப் பாடுகிறார். ஒரே ஒரு தத்துவந்தான் சகல பகுதிகளையும் ஒழுங்கான முறையில் இயங்கச் செய்கிறது என்பது தற்காலத்து ஸயன்ஸ் முடிபு. அதை இருநூறு வருஷங்களுக்கு முன்னே நமது மேலகரம் கவிராஜர்,

"சாட்டி நிற்கும் அண்டம் எலாம்*
சாட்டை யிலாப் பம்பரம் போல்
ஆட்டு விக்கும் குற்றாலத்(து)
அண்ண லார்"

என்று உடல் புளகிக்கப் பாடுகிறார்.

இப்படிச் சிறிய விஷயம் பெரிய விஷயம் எல்லாவற்றையும் பற்றிப் பாடுகிறார். ஆனால் ஒன்று; அவைகளுள் எல்லாம் ஒரு ஹாஸ்ய ரஸமும் ஒரு பக்தி ரஸமும் இணைந்து ஓடுகின்றன. இதைப் பார்த்து அனுபவிக்கக் கொடுத்து வைத்தவர்கள் தமிழர்கள்தான்.

(5 டிசம்பர் 1937)

~

* சாட்டி நிற்கும் அண்டம் எலாம் – ஒன்றோடொன்று மோதிய மாதிரி நெருங்கிக் கிடக்கும் விண்மீன்களாகிய உலகங்கள் எல்லாம்.

17

சமய தீபம்

ஒதுங்கலான ஒரு ஊரில் யூனியன் பஞ்சாயத்துப் புதிதாய் ஏற்பட்டது. முதலாக வந்த பஞ்சாயத்துத் தலைவர் பொதுநலப் பிரியர். ஊரை எல்லா விதத்திலும் திருத்தமுறச் செய்ய வேண்டும் என்று ஆத்திரங்கொண்டார். தெருக்களில் எப்படியாவது விளக்குப் போட்டுவிடவேண்டும் என்று கருதி, லாந்தல்க் கல்லுகளும், கல்லுகளின் உச்சியில் கனத்த இரும்பினால் செய்த லாந்தல்ச் சட்டமும், லாந்தல் உள் விளக்கு, சிமினி எல்லாம் தயார் செய்து விளக்குப் போட்டுவிட்டார். வெளிச்சம் ஏற்பட்ட காரணத்தினால் பெண்டுகளும் பிள்ளைகளும் இரவில் ஊருக்குள் சௌகரியமாக நடமாட ஆரம்பித்தார்கள். கள்ளர் பயம் இல்லை.

இப்படியாக ஐந்து வருஷம் கழிந்தது. பஞ்சாயத்துத் தலைவர் வேறொருவர் புதிதாக வந்தார். அவருடைய நிர்வாகம் ஒரு வருஷம் நடந்தது. அந்த நிர்வாகத்தில் விளக்குப் போடக் கணக்கில் வகையில்லை என்று ஆய்விட்டது. மேலதிகாரிகள் வந்து லாந்தல், விளக்கு, சிமினி ஆகிய உறுப்புகளை ஜில்லாத் தலைநகருக்குக் கொண்டு போய்விட்டார்கள். ஆகவே, ஊருக்கு மிச்சம், லாந்தல்க் கல்லு, லாந்தல்ச் சட்டம், இருட்டு இந்த மூன்றுந்தான் என்று ஏற்பட்டுவிட்டது.

இப்படியாக இருபது வருஷம் கழிந்தது. லாந்தல்க் கல்லும் சட்டமும் மாத்திரம் நின்றுவந்தன. அயலூர் ஒன்றுக்கும் போய் அறியாத பள்ளிப் பையன்கள் தெருக்களில் கல்லுகள் எதற்காக நிற்கின்றன என்பதைப்பற்றி ஆராய ஆரம்பித்தார்கள். மாடுகளைக் கட்ட என்று சிலர் சொன்னார்கள். "அப்படியானால், ஒவ்வொரு வீட்டுக்கு முன்னும் கல் நட்டிருக்க வேண்டுமே? அப்படி இல்லாததால், கல் நட்டது மாடு கட்டுவதற்காக அல்ல. மேலும், தெருக்கோடியில் கொண்டுபோய் யாராவது மாட்டைக் கட்டிவைப்பார்களா?" என்றும் சொன்னார்கள். இப்படியெல்லாம் தர்க்கித்துக்கொண்டிருக்கும்போது, பெரிய பையன், அதாவது, பன்னிரண்டு வயசுப் பையன் ஒருவன் வந்தான்; அவன் சின்னப் பையன்களின் சந்தேகத்தையெல்லாம் தீர்த்துவைத்தான். எப்படி:

"ஒரு தடவை நம்முடைய ஊருக்கு விறகு வண்டி ஒன்று வந்தது. வண்டிக்காரன் மாட்டைக் கல்லில் கட்டிவிட்டு, கடைமுளை, கடையாணி, கொண்டுவந்த சாப்பாடு எல்லாவற்றையும் சாக்கில் சுற்றிக் கல்லின் மேலுள்ள இரும்புச் சட்டத்தில் வைத்துவிட்டான். இந்த மாதிரி அயலூரிலிருந்து வண்டிவந்தால் மாட்டைக் கட்டவும் சாமான்களைப் பிள்ளைகளுக்கு எட்டாத உயரத்தில் வைத்துக்கொள்ளுவதற்காகவும் நாட்டியது கல். சுமைதாங்கிக் கல் இருக்கிறதல்லவா, அதுபோல இதுவும் ஒரு தர்மம்" என்று சொல்லித் தீர்த்தான். மற்றப் பையன்களும் ஒப்புக்கொண்டு விட்டார்கள். கண்டுபிடிக்க முடியாத ஒரு உண்மையைக் கண்டுவிட்டதாக எல்லோருக்கும் ரொம்ப எக்களிப்பு.

ஒரு பையனுக்காவது கல்லுக்கும் விளக்குக்கும் சம்பந்தம் உண்டென்று எண்ணத்தோன்றவில்லை.

லாந்தல்க் கல்லு பட்ட பாடுதான் நமது முன்னோர்கள் கண்டு வைத்துப்போன பெரிய உண்மைகள் பாடும்.

"ஒன்றாகக் காண்பதே காட்சி"

என்றார் ஒரு பெரியார்:

"ஒழிவற நிறைந்த
ஒருவ! போற்றி"

என்றார் மற்றொரு பெரியார். உலகத்திலுள்ள பொருள்களை எல்லாம் ஏதோ ஒரு விதத்தில் ஆராய்ந்து, பொருள்கள் தோற்றத்தில் எவ்வளவு வேறுபட்டனவாய் இருந்தாலும், உண்மையில் ஒரு பொருள்தான். பேதமில்லாத பொருள்தான் என்று கண்டு விட்டார்கள். மேலும், அந்தப் பொருள் எங்கும் வியாபித்துள்ளது;

வானவெளியில் எவ்வளவு தூரம் எட்டிப்போனாலும் வெற்றிடம் என்பது இல்லாதபடி நிறைந்துள்ளது; நுணுகி நுணுகிப் போனாலும், அணுவென்றும், அணுவுக்குள் அணுவென்றும், இறுதியில்லாதபடி செறிந்துகொண்டே போகும் தன்மையது அந்தப் பொருள் என்றும் கண்டார்கள். ஒழிவு – அதாவது வெற்றிடம், அற – இல்லாதபடி, எங்கும் நிறைந்துள்ள வஸ்து கடவுள் தத்துவம் என்றார்கள்:

"ஒழிவற நிறைந்த
ஒருவ! போற்றி"

எவ்வளவு எளிமையோடும் தெளிவோடும் விஷயத்தை விளக்குகிறது வாக்கியம்!

மேல் நாட்டுக் கலைவல்லாரும் பல கருவிகள் கொண்டு ஆராய்ந்து இதே முடிவுக்கு இப்போது வந்திருக்கிறார்கள். நம்மவர்களோ அந்தக் கருவிகளின் துணையில்லாமலே ஆயிரக்கணக்கான வருஷங்களுக்கு முன்னமேயே இந்த உண்மையைக் கண்டு சந்தேகத்துக்கு இடமில்லாமல்க் கல்லில் எழுதிவைத்த மாதிரி சொல்லிவிட்டார்கள்.

உண்மைகளைக் கண்டதும் எழுதி வைத்ததும் வியக்கத்தக்க காரியந்தான். அதைவிட வியக்கத்தக்கது, அந்த உண்மைகளைப் பல நூற்றாண்டுகளாகப் போற்றி வந்ததுதான்.

உண்மைகள் கண்ணால்க் காணக் கூடியவையல்ல; கையால்ப் பற்றி எடுக்கக் கூடியவையல்ல; உள்ளத்தில் நிற்பன. ஆகவே, அவைகள் மறைந்து போய்விடுவதற்கும் காரணம் உண்டு; மறைந்தும் போய்விட்டன. பெரியார்கள் சொல்லிவைத்த விஷயங்களைப் புறக்கணித்துவிட்டு, வெறும் வார்த்தைகளையே சொல்லி வந்தார்கள் பிற்காலத்தவர். பெரியார்கள் பாடிய பாடல்களை அப்படியே பாடிக்கொண்டிருந்தால் போதும் என்று ஏற்பட்டுவிட்டது. திருவாசகத்துக்கு உரை சொல்லக்கூடாது என்று சொல்லுவார்கள். பாராயணம் போதும், பொருள் தெரிய வேண்டியதில்லை என்று ஏற்பட்டுவிட்டது. தெய்வப்பாடல் என்று சொல்லும் பாடல்களுக்குப் பின்னால், உண்மையனுபவமும் உணர்ச்சியும் இருக்கின்றன என்ற கொள்கை போய்விட்டது. உள்ளே யிருந்து என்றும் மங்காத பேரொளி வீசிக்கொண்டிருக்கிறது என்பதெல்லாம் கதையாய் முடிந்தது. விளக்கில்லை, வெளிச்சம் இல்லை, லாந்தல்க் கல்லும் சட்டமும் நிற்கிறது என்று ஆய்விட்டது.

இந்த நாஸ்திகத்தைப் பூர்த்திபண்ண ஆங்கிலக் கல்வியும் தமிழ்நாட்டுக்குள் புகுந்துவிட்டது. சமய நூல்களில் ஒன்றுமே யில்லை. வார்தைகளை இப்படியும் அப்படியுமாக அளக்கிற

காரியந்தான் வைதிகர்கள் பேசுகிற காரியமெல்லாம் என்று சொல்ல ஆரம்பித்துவிட்டார்கள் ஆங்கிலம் கற்றவர்கள். அவர்கள் பண்டிதர்களைக் கேள்வி கேட்டால் பதில் வருவது காரணகாரிய விளக்கம் அல்ல; வசை நாமாவளிதான்.

ஆங்கிலம் கற்றவர்களைக் குற்றம் சொல்ல இடமில்லை. அவர்களுக்கு உண்மைகளை எடுத்து விளக்குபவர்கள் பள்ளிக் கூடங்களிலும் இல்லை. வைதிகக் குழாங்களிலும் இல்லை. எல்லோருமாக, அயலூர் வண்டிமாடு கட்டவும் கடையாணியைச் சாக்கில்ச் சுற்றி வைக்கவுந்தான் ஏற்படுத்தியது கல்லும் சட்டமும் என்று தானம் வைத்துவிட்டார்கள். நம்பிக்கை பிறக்கமாட்டேன் என்று விட்டது கேட்டவர்களுக்கு.

தமிழுலகம் பொதுவாக இந்த நிலையில் இருந்தது, இருபது வருஷத்துக்குமுன். அப்படித்தான் இருந்தது திருநெல்வேலியும்.

சில நண்பர்கள் திருச்செந்தூருக்குப் போய்விட்டுத் திருநெல்வேலிக்குத் திரும்பி வந்தார்கள். வந்தவர்கள் வடக்கே இருந்துவந்த ஒரு சுவாமிகள் சமய சம்பந்தமாக ரொம்ப அருமையாயும் தெளிவாயும் பிரசங்கங்கள் செய்ததாகவும், தாங்கள் ரொம்ப அனுபவித்ததாகவும் சொன்னார்கள். சுவாமிகளுக்கு ஊர் திருப்பாதிரிப்புலியூர் என்றும் அவர்கள் ஒரு மடாலயத்துக்கு அதிபர் என்றும் சொன்னார்கள்.

சிலநாள் கழித்து, திருநெல்வேலி ரயில்வே ஸ்டேஷனுக்கு அடுத்துள்ள தருமபுரம் மடத்தில் திருப்பாதிரிப்புலியூர் ஞானியார் சுவாமிகள் பரிவாரத்தோடு பல்லக்கில் வந்து இறங்கியிருக்கிறார்கள் என்று செய்தி வந்தது. மறுநாள் சாயங்காலம் நெல்லையப்பர் கோவில் வசந்த மண்டபத்தில் சுவாமிகள் பிரசங்கம் என்று துண்டுப் பத்திரிகையின் மூலம் விளம்பரமாயிற்று. சுவாமிகளைக் கேட்க நானூறு ஐந்நூறு பேர் கூடியிருந்தார்கள்.

சுவாமிகள் ஆசனத்தில் அமர்ந்திருந்தது தனியான காட்சியாய் இருந்தது. ருத்திராக்ஷ மாலையும், ஸ்வர்ணலிங்கம் தாங்கிய வடமும், திருநீற்றுப்பொலிவும், கண்ணுக்கும் மனசுக்கும் விருந்தளித்தன.

பிரசங்கம் ஆரம்பித்தது. வார்த்தையும் அக்ஷரமுமே ஒவ்வொன்றாய் நின்று நின்று வெளிவந்து ஒலித்தன. வார்த்தைகள், வார்த்தைகளின் கதி, ஆழ்ந்த குரல் எல்லாம் சேர்ந்து, இதயமே பேசுகிறது என்பதைத் தெரிவித்தன. கேட்டவர்கள் செவிகொடுத்து இதயத்தையே கேட்டார்கள். ஆகவே, பொருளும் உணர்ச்சியும் கேட்டவர்கள் இதயத்துக்குள்ளே சென்று பதிந்துவிட்டன.

நேரம் ஆக ஆக, உணர்ச்சியோடு கலந்து வேகம் கொண்டது விஷயம். ஆசிரியருக்கும் கேட்பவர்களுக்கும் தெரியாதபடி வார்த்தைகளும் அதிவேகமாகவே ஓடின. ஆனால், அழுத்தமாவது தெளிவாவது எவ்விதத்திலும் குறையவில்லை.

தமிழோ சாதாரணமான பேச்சில் வழங்குகிற பசுந்தமிழ். அந்தத் தமிழுக்குச் சக்தி இன்னது என்று தெரியவந்தது; இதயத்தில் எழும் உணர்ச்சிகளை அப்படி அப்படியே பளிங்கில் வைத்துக் காட்டிய மாதிரி விளக்கிக் காட்டியது. சபையிலுள்ள ஒவ்வொருவருக்கும் தம்மோடுதான் நேர் நேராக சுவாமிகள் பேசினதாகத் தோன்றியது; பாஷை எல்லோரோடும் அவ்வளவு ஒட்டிய பாஷை.

விஷயம் கடவுள் தத்துவம். ஆனாலும், எத்தனையோ விஷயங்கள் வந்து வட்டமிட்டுச் சுழித்துப்போயின. நம்மவர் வாழ்க்கையில் உள்ள எத்தனையோ அம்சங்கள் வந்து தெளிவுபட்டு ஓடின. ஒவ்வொன்றும் உணர்ச்சி ததும்பியதாய் இருந்தது; வாழ்க்கையோடு ஒட்டிய உண்மையாகவே இருந்தது. நம்முடைய மனசு அங்கங்கே திளைத்து நிற்கும்; அந்த விஷயம் முடிந்ததும், பெருக்கெடுத்துப்போகும் பெரிய விஷயத்தோடு இலகுவாகக் கலந்துகொள்ளும்.

கடவுளுக்கும் நமக்கும் உள்ள சம்பந்தத்தை எடுத்துச் சொல்லும்போது, சுவாமிகள்,

“விறகில்த் தீயினன்;
பாலிற்படு நெய்போல்
மறைந்து நின்றுளன்
மாமணிச் சோதியன்;
உறவு கோல்நட்(டு)
உணர்வு கயிற்றினால்
முறுக வாங்கிக்
கடையமுன் நிற்குமே”

என்ற தனிக்குறுந்தொகைச் செய்யுளை எடுத்தாள நேர்ந்தது. பலர் இந்தச் செய்யுளை உணர்ச்சி யாதொன்றும் இல்லாமல்க் கையாண்ட காரணத்தால், சாமானியமாகவும் இளைத்ததாகவும் தோன்றியது செய்யுள். ஆனால், சுவாமிகள் அதன் உண்மையில்த் திளைத்து ஆர்வத்தோடு விளக்கிக் காட்டின மாத்திரத்தில், முன் காணாத உண்மைகளும் உணர்ச்சியும் பாடலில்ப் பொதிந்து கிடப்பதாகப் புலப்பட்டது. நமக்கும் கடவுளுக்கும் உறவாவது, கடவுளுடனேயே ஒன்றியிருக்கிறோம் நாம். வேறாகத் தனித்து நிற்கவில்லை என்ற உண்மைதான். இந்த உண்மையைச் சதா மனசில் வைத்து ஆர்வத்தோடும் ஆனந்தத்தோடும் சிந்திப்

போமானால், மறைந்து நின்றுள்ள மாமணிச்சோதியான் முன்னின்றுவிடும்' என்று விஷயத்தைக் கூட்டி முடித்தபோது, சபையோருக்கு அந்த அற்புத தரிசனமே கிடைத்த மாதிரியான ஒரு உணர்ச்சி உண்டாயிற்று. எல்லோரும் ஒரே ஆனந்த பரவசத்தில் மூழ்கினார்கள். 'ஆகா, இதையெல்லாம் கேட்டு அனுபவிக்கக் கொடுத்து வைக்கவில்லையே' என்று சபைக்கு வராதவர்களை எண்ணிப் பரிதவிக்க வேண்டியதாய் இருந்தது.

அதோடு, தமிழை ஆர்வத்தோடு கற்று வந்தவர்களுக்கு ஒரு வகையில் அவமானமும் வருத்தமும் ஏற்பட்டது என்று சொல்லவேண்டும். ஏதோ தமிழறிஞர்களையெல்லாம் தமிழுலகம் அறிந்திருக்கிறது, மதித்திருக்கிறது என்று எண்ணிக் கொண்டிருந்தோமே, சுவாமிகளை இதுவரை அறிந்திராதது போகட்டும்; அவர்களைப் பற்றிக் கேள்விப்பட்டதுகூடக் கிடையாதே என்ற அவமானந்தான், வருத்தந்தான்.

ஆம், தமிழனுடைய ஜாதகமே அப்படி. நம்மிடம் உயர்ந்த பொருள்கள் எத்தனையோ இருக்கின்றன. அவற்றையெல்லாம் மதிக்கத் தெரியாமல், ஒன்று மில்லாத படாடோபத்தை, முக்கிய மாக, தனக்கு விளங்காத காரியத்தைக் கண்டு மோகித்த வண்ணமாயிருக்கிறானே என்றெல்லாம் நொந்துகொள்ள நேர்ந்தது.

ஆனாலும், கருவூலத்தைக் கண்டு விட்டோம் என்ற ஆனந்தத்துக்குக் குறைவில்லை. திருநெல்வேலிப் பிரசங்கம் நல்ல முகூர்த்தத்தில் நடந்தது என்று சொல்ல வேண்டும்.

தொடர்ந்து பத்து நாளுக்கு மேலாகவே திருநெல்வேலியில்ப் பிரசங்கம் நடந்தது. கேட்க வந்தவர்களின் தொகை அதிகரித்ததால், வசந்த மண்டபத்தை விட்டு மேலப் பிராகாரத்தில் பிரசங்கத்தை நடத்த நேர்ந்தது.

பிறகு நாகர்கோவில், அம்பாசமுத்திரம், தென்காசி, சங்கரன்கோவில் முதலான இடங்களுக்குப் போய், பிரசங்கங்கள் செய்தார்கள். அதன்பின், தமிழ்நாடெங்குமே பிரயாணம் செய்து, தமிழ் நாகரிகம், தமிழ்ப் பண்பாடு இன்னதென்று விளக்கிக் கொண்டு வந்திருக்கிறார்கள்.

சமய நூலைக் கற்று வந்தவர்களுக்கு, அதன் உள்ளான தத்துவம் இன்னதென்று தெரியவும் அதில் ஆர்வம் கொள்ளவும் ஏற்பட்டது.

லாந்தல்க் கல்லுகளை வெறும் மாடு கட்டுங் கல் என்று எண்ணும் மனப்பாங்கு போய், உண்மை ஒளியைத் தரக்கூடிய

மிகவும் உபயோகமான தீப ஸ்தம்பம் என்று மதிக்கிற காலம் வந்துவிட்டது.

இதெல்லாம் நேர் நேரான உண்மையென்று தெரியவரும், திருப்பாதிரிப்புலியூர் மடத்துக்குப் போய்ப் பார்த்தால்; காலையிலிருந்து இரவு பத்து மணி நேரம்வரை வந்து பாடங் கேட்கும் மாணவர்களைப் பார்த்தால் தெரியவரும். உத்தியோகஸ்தர்கள், பென்ஷன் பெற்ற உத்தியோகஸ்தர்கள், சஷ்டியப்த பூர்த்தியாகிச் சதாபிஷேகத்துக்கு அடிபோட்டுக்கொண்டிருக்கும் கிழவர்கள் ஆகிய பலர் வந்து, சமய சம்பந்தமாகவும் தமிழ் இலக்கிய சம்பந்தமாகவும் பாடங்கேட்டுக்கொண்டிருப்பார்கள். உண்மை யான உணர்ச்சியோடு, சுவாமிகள் விஷயங்களையும் நூல்களையும் விளக்கிக் காட்டுவதால்த்தான் மேலே சொன்ன மாணாக்கர்கள். இல்லாவிட்டால் பரீக்ஷைக்குப் போகும் மாணாக்கர்கள் வருவார்கள்; (தமிழ் அனுபவிக்கக்கூடியது, அனுபவிப்பதற்காகவே ஏற்பட்டது என்பது அவர்களுக்குத் தெரியாது) மடத்துக்கு வரும் மாணாக்கர்களோ, ஆனந்த அனுபவம் தூண்டியே வருபவர்கள்.

எல்லாம் ரூபாய் அணா பைசாக் காரியமாய்ப் போய், கூடுகிற கூட்டமெல்லாம் பொறாமைப் பேயும் பகைமைப் பேயும் ஆட்டிவைக்கும் கூட்டமாயிருக்க, தமிழ்ப் பண்பாட்டில் உண்மையான ஆர்வங்கொண்டு, தமிழர்கள் கூடித் தமிழை ஆராய்கிறார்கள், அனுபவிக்கிறார்கள் என்றால், எவ்வளவு பெரிய விஷயம்! தமிழ் வளர்ச்சிக்கு, ஞானியார் சுவாமிகள் மடாலயம் பண்பட்ட நாற்றங்கால்.

தமிழ்நாடு புத்துயிர் பெறவேண்டும் என்ற நோக்கத்தோடு, தமிழ்மகள், சுவாமிகளுக்கு அரிய உருவத்தையும் உடல்நலத்தையும், 'கணீர்' என்று ஒலிக்கும் வெண்கல நாதத்தோடுகூடிய குரலையும் அளித்தாள். எவ்வளவு விரிவாகவும் சிக்கலாகவும் இருந்த போதிலும், விஷயங்களின் ஒவ்வொரு உறுப்பையும் அதற்கு இயைந்த இடம் அமைத்து முறைப்படுத்தி நிர்மாணம் செய்யக் கூடிய அபூர்வமான அறிவுவிளக்கத்தையும் கொடுத்தாள். எல்லாவற்றிலும் சிறப்பாக, பொறுமை, அடக்கம், அன்பு, பக்தி ஆகிய உயர்ந்த இதய தத்துவங்களையும் அளித்தாள்.

"சித்திரமும் கைப்பழக்கம்
செந்தமிழும் நாப்பழக்கம்
வைத்ததொரு கல்வி
மனப்பழக்கம் – நித்தம்
நடையும் நடைப்பழக்கம்;
நட்பும் தயையும்
கொடையும் பிறவிக்
குணம்."

ஆம், பிறவிக் குணந்தான் என்று சுவாமிகளுடன் பழகிய பின் தெரியவரும்.

இத்தனை அரிய பேறு தமிழகத்துக்குக் கிடைத்திருக்கிறது. சுவாமிகளுக்கு நீண்ட ஆயுளையும் ஆரோக்கியத்தையும் அவர்களுடைய இதய கமலத்திலே சதா குடிகொண்டிருக்கும் முருகப்பெருமான் அருள்வாராக!

"வீரவேல் தாரைவேல்
விண்ணோர் சிறைமீட்ட
தீரவேல் செவ்வேல்
திருக்கைவேல் – வாரி
குளித்தவேல் கொற்றவேல்
சூர்மார்பும் குன்றும்
துளைத்தவேல் உண்டே
துணை."

(1 டிசம்பர் 1940)

18

சங்கீதமும் சாகித்தியமும்

சங்கீதமானது தேவபாஷை என்று நன்றாய்ச் சொல்லியிருக்கிறார்கள்; உண்மையில் உள்ளத்தை வெளியிட மனிதனுக்குக் கொடுத்து வைத்த கருவிகளில் சங்கீதம்போல தெய்வத் தன்மை வாய்ந்தது வேறொன்றும் கிடையாது. இறுதியற்ற பரம்பொருளுக்கு அருகாமையிலேயே நம்மைக் கொண்டுவந்து விடுகிறது; மாயப் பிரபஞ்சத்தை ஊடுருவி, சிறிது நேரமாவது எங்கும் நிறைந்த சோதியைக் காண முடிகிறது. எப்போது? சங்கீதம் வழிகாட்டியாய் முன்சென்று நம்மைப் பரவச நிலை அடையும்படி செய்யும்போது தான். உணர்ச்சியை இயற்கையோடு ஒட்டிவைத்துள்ள எல்லாத் தேசத்தவரும் பாட்டையும் பாடலையும் அபாரமாக மதித்திருக்கிறார்கள்; அவைகளையே கடவுள் வழிபாட்டுக்கு உரிய கருவியாகக் கருதினார்கள். ஞான மார்க்கத்தை வெளியிடவும் நம்மிடம் தெய்வ அம்சம் ஏதாவது இருந்தால் அதை வெளியிடவும் பாட்டும் பாடலுந்தான் கருவிகள்.

மனிதர்கள், அடடா, இந்தக் கொள்கையை விட்டுவிட்டு எவ்வளவோ தூரம் விலகிப் போய் விட்டார்கள்! கடவுள் கொடுத்து வைத்துள்ள எத்தனையோ நல்ல காரியங்களைப் பாழடிக்கிறோம். சங்கீதத்தைப் பாழடிக்கிறதைக் கருதினால், வேறொன்றும் அதன் கிட்ட வராது. இப்போது சில தலைமுறைகளாக சங்கீதமானது பைத்தியம் பிடித்து அலைகிறது; அறிவோடு ஒட்ட வேண்டாமாம்; அடிப்படையாக விஷயமே வேண்டாமாம்; அடைபட்டிருந்த பைத்தியம் வெளியே வந்து, 'பொருள் எதற்கு? உண்மை எதற்கு? அவைகள்

வேண்டவே வேண்டாம்; பொய்யும் அறிவுகெட்ட வெறியுந்தான் வேண்டும்' என்று வெட்கம் இல்லாமல் உளறிக்கொண்டு திரிகிறது; பூர்வமான நிலை இது என்று எடுத்துச் சொன்னால் அந்தப் பைத்தியத்துக்குக் கேலியாய்த் தோன்றுகிறது; உடனே, 'அப்படியா!' என்று பரக்கப் பரக்க விழிக்கவும் செய்கிறது."

இதெல்லாம் நம்முடைய தற்கால சங்கீதத்தைப்பற்றி நம்முடையவர் ஒருவர் பேசிய மாதிரி இருக்கிறது; உண்மை அது அல்ல. எண்பத்தெட்டு வருஷங்களுக்குமுன் ஆங்கிலப் பேராசிரியர் கார்லைல்* தலையில் அடித்துக்கொண்டதுதான் அது. தலையில் அடித்துக்கொண்ட சப்தமே நம்முடைய காதில் விழுகிறதுபோலத் தோன்றுகிறது. மிக உயர்ந்த விஷயத்தைக் கெடுத்துவிடுகிறது என்று வந்தால், வருத்தமும் கோபமும் ஏற்படுதல் இயல்புதானே!

மேல்நாட்டாருடைய சங்கீதத்தை உத்தேசித்தே இவ்வளவு வருத்தமும் கோபமும். நம்முடைய சங்கீதத்தின் தன்மை கார்லைல் ஆசிரியருக்குத் தெரிந்திருந்தால் எப்படியெப்படிக் கோபாவேசம் வந்திருக்குமோ சொல்ல முடியாது.

மேல்நாட்டுச் சங்கீதம், சுரங்களைக் கணக்குப்படி ஒழுங்கு படுத்தியும் ஒன்றோடொன்று பிணைத்தும் உண்டாக்குவது என்றும், அது காரணமாகவே காதுக்கு ஒருவிதமான சுகத்தைக் கொடுக்கும் என்றும் அதில் வல்லவர்கள் சொல்லுவார்கள். அவர்களே நம்முடைய கர்நாடக சங்கீதத்தைக் கேட்டுவிட்டு, உணர்ச்சியோடு ஒட்டுவதற்கு இயைந்தது இதுதான் என்று சொல்லியிருக்கிறார்கள்.

கணக்கிலிருந்து பிறந்தது மேல்நாட்டுச் சங்கீதம். உணர்ச்சி யிலிருந்து பிறந்தது நம்முடைய சங்கீதம். இதற்குச் சாட்சியம்:

---

* *Music is well said to be the speech of angels; in fact, nothing among the utterances allowed to man is felt to be so divine. It brings us near to the Infinite; we look for moments, across the cloudy elements, into the eternal Sea of Light, when song leads and inspires us. Serious nations, all nations that can still listen to the mandate of Nature, have prized song and music as the highest; as a vehicle for worship, for prophecy, and for whatsoever in them was divine.*

What a road have men travelled! The waste that is made in music is probably among the saddest of all our squanderings of God's gifts. Music has, for a long time past, been avowedly mad, divorced from sense and the reality of things; and runs about now as an open Bedlamite, for a good many generations back, bragging that she has nothing to do with sense and reality, but with fiction and delirium only; and stares with unaffected amazement, not able to suppress an elegant burst of witty laughter, at my suggesting the old fact to her.

— THOMAS CARLYLE: *The Opera: 1852.*

ஆங்கில பாஷை சம்பந்தமாக ஜான்ஸன் என்பவர் நுண்ணிய புலவர் என்றும், பைரன் சக்தி வாய்ந்த கவிஞர்யென்றும், ரோஜர்ஸ் நளினம் வாய்ந்த கவிஞர்யென்றும் சொல்லுவார்கள். முதல் ஆசாமிக்கு சங்கீதத்தை அனுபவிக்க முடியாதாம். இரண்டாவது ஆசாமி சங்கீதம் என்றால் அந்த இடத்தை விட்டு ஓடிப்போய் விடுவாராம். மூன்றாவது ஆசாமிக்கு சங்கீதத்தைக் கேட்டுக்கொண்டிருப்பது சித்திரவதையாம். காரணம் என்ன? மேல்நாட்டுச் சங்கீதம் கணக்குப்படி சுரங்களில் ஏறி இறங்குவதால், அதனோடு பழகியவர்களுக்கு மாத்திரம் ஒரு சுகம் தரும்; மற்றவர்களுக்கெல்லாம், முக்கியமாக விஷயங்களைக் கூர்ந்து பார்க்கிறவர்களுக்குக் கஷ்டந்தான்.

நம்முடைய சங்கீதம் உணர்ச்சியிலிருந்து பிறந்த காரணத்தால் இயல்பான தத்துவம் அமைந்திருக்கிறது; எல்லாரும் அனுபவிக்கக் கூடியதாய் இருக்கிறது.

கலைகளிலே, இயல்பாகவும் எல்லோரும் அனுபவிக்கக் கூடியதாகவும் இருந்துவிட்டால், அதற்கு ஆபத்துண்டு. பண்டிதர்கள், வித்துவான்கள் எல்லோருமாகச் சேர்ந்து, அது பிரயோசனம் இல்லாத கலை என்று சொல்லிவிடுவார்கள். அதோடு மற்றவர்களும் ஒத்துப் பாடிவிடுவார்கள். சாதாரண ஜனங்கள் ஒன்றை அனுபவிக்கிற தென்றாலே எப்படியோ அது கீழ்த்தரம் என்று ஏற்பட்டுவிடுகிறது.

தமிழ்க் கவியைப் பார்ப்போமானால், மிகப் பழைய கவிகள் எளிமையாகவே இருக்கும். உரையாசிரியர்கள், இலக்கண ஆசிரியர்கள் இவர்களுடைய ஆதிக்கம் உண்டாக உண்டாக, உண்மைக் கவிகள் மறைந்துபோக ஆரம்பித்தன; யாருக்கும் விளங்காத வார்த்தைகளைக் கொண்டு செய்யும் செய்யுட்களுக்கு உயர்வு ஏற்பட்டு விட்டது.

தமிழ் வசனமும் இந்தச் சங்கடத்துக்கு உள்ளாயிற்று. நாம் கண்கூடாகக் கண்டதுதான் அது. சுமார் நாற்பது வருஷமாக நச்சினார்க்கினியரும் பரிமேலழகரும் வந்து தமிழ் வசனத்துக்குள் புகுந்து கலக்கின கலக்கு இன்னும் தெளிந்தபாடாக இல்லை.

வீட்டிலும் வீதியிலும் தினம் தினம் நாம் பேசும் பாஷை சம்பந்தமாகவே இவ்வளவு குட்டிக் கரணங்கள் போடுவது ஏற்பட்டுவிட்டால், சாமானிய மக்கள் கைக்கு வராத அபூர்வமான பாஷை என்று சொல்லக் கூடிய சங்கீதம் சம்பந்தமாக என்ன என்ன தவறுகளெல்லாமோ ஏற்படக் கூடுந்தானே?

சங்கீதம் அபூர்வமாயிருப்பதாலேயே, சங்கீதத்தில் அரைகுறையாகத் தெரிந்தவர்களுக்கும் ஒரு மதிப்பு ஏற்பட்டு

விடுகிறது. அவர்கள் சங்கீதக் கோஷ்டியில் சேர்ந்துவிடுகிறார்கள். அவர்கள் தொகையே அதிகமாகி விடுகிறது. உண்மைச் சங்கீதம் தெரிந்தவர்கள் தொகை அற்ப சொற்பமாய்ப் போய் விடுகிறது. ஓட்டு எடுக்கிறது என்று வந்தால் நல்ல வித்துவான்கள் பாடு கஷ்டந்தான்.

அனுபவமுள்ள வயது முதிர்ந்த பாடகர்கள் சொல்லும் பாவம் என்பதெல்லாம் வேண்டாத காரியம். ஹடயோகம் சாதனம் மாதிரித் தொண்டையை நெருக்கிக் கசக்கியெல்லாம் பாடுகிற பாட்டே உயர்ந்தது என்று சொல்ல ஏற்பட்டு விடுகிறது. எப்போது பாவம் என்பது வேண்டாம் என்று ஏற்பட்டு விட்டதோ, விஷய உணர்ச்சி வேண்டாம், பாஷை உணர்ச்சி வேண்டாம் என்றும் ஏற்பட்டு விடுகிறது. சாமானிய ஜனங்கள், உயர்ந்த சங்கீதம் என்றாலே விஷய உணர்ச்சி, பாஷை உணர்ச்சி அற்றதுதான் போலிருக்கிறது என்று எண்ணி, மௌனமாயிருந்து விடுகிறார்கள்.

இவர்களில்ச் சிலர், 'விஷயந் தெரியாமலும் பாஷை தெரியாமலும் பாடுகிற பாட்டைக் கேட்டுக்கொண்டிருப்பது கஷ்டமாயிருக்கிறதே' என்று மெள்ளப் புகார் சொல்ல ஆரம்பிக்கிறார்கள். அதற்கும் பதில் வந்துவிடுகிறது.

அந்தத் தெரியாத பாஷையை எல்லோரும் கற்றுக் கொள்ளுகிறதுதானே என்று சொல்லுகிறார்கள். வாஸ்தவந்தான். தியாகராஜ சுவாமிகள் பாடல் பக்திமயமாய் உள்ளது. அதைத் தெரிந்துகொள்ளுவதற்காக எல்லோரும் தெலுங்கைக் கற்றுக்கொள்ள வேண்டியதுதான் என்று துணிச்சலாகவே சொல்லுகிறார்கள்.

அப்படியானால், சங்கீதக் கச்சேரி நடக்கும் மண்டபத்துக்கு வெளியில் ஒரு விளம்பரம் போட வேண்டும்: "இன்றைக்கு மூன்று மணி நேரம் கச்சேரி. எல்லாம் தெலுங்குப் பாட்டு. தெலுங்கு பாஷையைத் தெரிந்தவர்களே வரவேண்டும். தெரியாதவர்கள் வந்து ஒன்றும் விளங்காமல் கஷ்டப்பட்டுவிட்டால், நாங்கள் பொறுப்பாளிகள் அல்ல. டிக்கட்டின் விலையை வாபஸ் பண்ண முடியாது!"

இந்த மாதிரி விளம்பரம் இருந்தால் டிக்கட்டு வாங்குகிறவன் கொஞ்சம் யோசிப்பான். "இதுவரையும், பாடகர் கடைசி யிலாவது கொஞ்சம் தமிழ்ப்பாட்டு நமக்குத் தெரிந்த பாட்டு, பாடுவாரென்று நம்பி நம்பி மோசம் போனோம். இந்தக் கான சபையார் நல்லவர்களாக இருக்கிறார்களே! உண்மையைச் சொல்லிவிட்டார்கள் பார்த்தாயா? தெலுங்குப் பாட்டையே பாடிக்கொண்டிருக்கட்டும், நாம் போவோம் செங்கான் கடை

நாடகக் கொட்டகைக்கு. அங்கே எல்லாம் தமிழ்ப் பாட்டு. வா அப்பா" என்று தன் தோழனையும் கூட்டிக்கொண்டு போய்விடுவான்.

கொஞ்சம் இங்கிலீஷ் படித்துவிட்டால், இப்படி எளிதில் செங்கான் கடைக்குப் போய்விட முடியாது. சங்கீதக் கச்சேரிக்கே போகவேண்டும்; டிக்கட்டு தனக்கு, மனையாளுக்கு, குழந்தைகளுக்கெல்லாம் வாங்கித் தீரவேண்டும்; தெரியாத பாடல்களையும் கேட்டுச் சலித்துப்போகவும் வேண்டும். தான் கேட்கப் போகும் சங்கீதத்துக்காக, அதுவும் ஏதோ மாசத்துக்கோ வருஷத்துக்கோ ஒரு தடவை கேட்கப்போகும் சங்கீதத்துக்காக, தானும் மனையாளும் குழந்தைகளும் கற்கவேண்டும் தெலுங்கை.

ஆனால், நம்முடைய ஆசாமி கற்பானேன்? பாடுகிற பாடகரே கற்கவில்லையே!

"பேராதரிக்கும்" என்ற பிள்ளைத் தமிழ்ப் பாட்டைப் புஸ்தகத்தில் வாசித்துப் பார்த்துக்கொண்டு, பொருளையும் பாவத்தையும் தெரிந்துகொண்டு, இசைத்தட்டை வைக்கிறோம். (திருச்செந்தூர் ஷண்முகவடிவு பாடியது.) மோகன ராகம் தமிழ் வார்த்தைகளுக்குள் புகுந்து வார்த்தைகளையும் நம்மையுமே கனிய வைக்கிறதைப் பார்க்கிறோம். பரவசமாகிறோம். ஆனால், அந்த இசைத் தட்டுக்கு, கருநிறத் தட்டுக்கு, 'கட்டாப் பர்ச்சா'வினால் வார்த்த தட்டுக்கு, தமிழ் தெரியவா செய்யும், வார்த்தைகளின் பொருள் தெரியவா செய்யும்? பாவம், கனிவு ஒன்றுமே அது உணராது.

இதையொட்டி, "சங்கீதம் கேட்கப் போகிறவனே! நீ தெலுங்கைக் கற்றுக்கொள்; பாடகருக்குத் தெலுங்கு தெரிய வேண்டியதில்லை; இசைத் தட்டுக்கு ஏதாவது தெரியுமா?" என்றுதான் சொல்ல வேண்டும்.

இப்படி யெல்லாம் தர்க்க சாஸ்திரம் வந்து தொந்தரவு பண்ணுகிறதிலிருந்து, சில சங்கீதப் பாடசாலைகளில் படிக்கும் பச்சைத் தமிழனை யெல்லாம் தெலுங்கு படிக்கும்படி ஏற்பாடு செய்திருக்கிறார்கள்.

ஆனால், மாணவர்களை மாத்திரம் தெலுங்கு கற்கச் செய்வதில் என்ன பிரயோசனம்? அவர்கள் சங்கீத நிபுணர்களாகிக் கொட்டகைகளிலும் மண்டபங்களிலும் கச்சேரி நடத்துவார்களே, அந்தக் கச்சேரிகளைக் கேட்க வரும் பச்சைத் தமிழன் ஒவ்வொருவனையும் ஒவ்வொருத்தியையுந் தான் தெலுங்கு பாஷையைக் கற்க ஏற்பாடு செய்ய வேண்டுமே! அது ஒன்றும் செய்யவில்லையே. என்ன அநியாயம்!

ஒரு ரூபாய் இரண்டு ரூபாய் கொடுத்து சங்கீதக் கச்சேரிகளைக் கேட்க வருகிறவர்களையெல்லாம் தெலுங்கு கற்கும்படி செய்கிறது அவ்வளவு லகுவான காரியம் அல்லதான் என்று சிலர் ஒப்புக்கொள்ள முன் வருவார்கள். ஆனால், முக்கியமாகப் பாடுகிற சில தெலுங்குப் பாடல்களுக்கு அர்த்தம் தெரிந்து கொண்டால், பாடலையும் பாஷையையும் பாவத்தையும் யாரும் உணர்ந்துகொள்ளலாம் என்று சொல்லுவார்கள். அர்த்தத்தைத் தமிழனுக்குப் புகட்டி விடுவதற்காக சமீபத்தில் ரொம்ப ரொம்ப முயற்சி. புஸ்தகங்கள் எத்தனையோ. தமிழ்ப் பத்திரிகைகளும் இந்த விஷயத்தில் தொண்டியற்றும் ஆத்திரம் ரொம்ப மெச்சத் தகுந்தது.

ஆனால் ஒரு கேள்வி: பாஷையை அப்படியெல்லாம் படித்துவிடவா முடியும்? கவியிலுள்ள வார்த்தைகளின் உண்மைப் பொருளையும் பாவத்தையும் அறிவதற்கு, சொந்தமான தாய்ப் பாஷையிலேயே எவ்வளவோ பயிற்சி வேண்டும்; ஒருவருக்கு வயசே ஆகவேண்டும் என்றால் மிகையல்ல. வார்த்தைகளுக் குள்ளாகக் கிடக்கும் உள்ளக்கிடையான பாவத்தை உணர்ந்து அனுபவிப்பதற்கு இதயமே பழுத்தாக வேண்டும். அல்லாதபக்ஷம், அகராதியில் உள்ள கடுதாசிதான் நாம். வார்த்தையின் பொருள் நமக்கும் தெரியும், கடுதாசிக்கும் தெரியும் என்று சொல்லிக் கொள்ள வேண்டியதுதான்.

பெண்டு பிள்ளைகளோடு பேசிப் பழகும் பாஷை விஷயமாகவே இவ்வளவு கஷ்டம். கஷ்டப்பட்டுக் கற்ற, இதர பாஷையிலும் இதெல்லாம் கஷ்டந்தான். உதாரணமாக ஆங்கில வார்த்தைகளின் இதய பாவத்தை உணர்வது, நாற்பது ஐம்பது வருஷம் கற்ற நமக்கு ரொம்ப ரொம்பக் கஷ்டம் என்று தெரிகிறது. எவ்வளவு கஷ்டம்? நமக்குத் தெரியாது என்றுகூடத் தெரியாத நிலைமையில், அவ்வளவு கஷ்டம்.

விஷயம் இப்படியிருக்க, தெலுங்கு பாஷையைக் கற்றறியாத ஒருவனைப் பார்த்து, "இதோ இருக்கிறது தெலுங்குப் பாட்டு. வார்த்தைகளைத் தமிழ் வடிவத்தில் எழுதி வைத்திருக்கிறோம். அவைகளுக்கு அர்த்தமும் அங்கங்கே நேர் நேராகக் கொடுத்திருக்கி றோம். படித்துக் கொள்" என்று சொல்லுகிறது என்ன காரியம் என்றுதான் கேட்கிறேன்.

போப் என்ற ஆங்கிலக் கவிஞர், 'பூரணம் என்பது கடவுள்; எல்லாத் தத்துவங்களும் கடவுளின் அங்கங்கள்தான்' என்பதைச் சொல்லியிருக்கிறார். பச்சைத் தமிழனுக்குப் போப் எழுதியதைப் புகட்டிவிட வேண்டும் என்று கங்கணம் கட்டிக் கொண்டால், "ஆல் ஆர் பட் பார்டஸ் ஆவ் ஒன் ட்ரெமெண்ட்ஸ் ஹோல்"

என்று எழுதிவிட வேண்டும். பிறகு, ‘ஆல் – எல்லாம்; ஆவ் ஒன் ட்ரெமெண்ட்ஸ் – ஒரு பிரமாண்டமான; ஹோல் – பூரணத்தின்; ஆர் பட் பார்ட்ஸ் – அங்கங்கள் தான்’ என்ற பதவுரையும் எழுதிவிட வேண்டியது. பிறகு தமிழனைப் பார்த்து, “தமிழனே, இதைப் படித்து அனுபவிப்பாயாக” என்றும் அவனை ஆசீர்வதித்துவிட வேண்டியது.

இதைப் பார்த்தால் எல்லோரும் சிரிப்பார்கள்.

ஆங்கிலப் பாடல் சம்பந்தமாக இப்படிப் பிரச்சாரம் தமிழ்நாட்டில் இல்லைதான். ஆனால், தெலுங்கு சம்பந்தமாக எவ்வளவோ பிரசாரம், எத்தனையா பிரசுரங்கள். உதாரணத்துக்கு ஒன்றை எடுத்துப் பார்ப்போம்:

“தாரதனயுல உதர பூரணமு ஸேயுகொரடு
தூரதேசமுலனு ஸஞ்சாரமு ஜேஸி–”

இதை ஆரபி ராகத்தில் பாட வேண்டும். யார்? தமிழன்தான். இதற்குத் தாளம் வேறு; மிஸ்ரசாபு. மேலேயுள்ள சாகித்தியத்தை பாவத்தோடு தமிழன் அனுபவிக்க வேண்டுமாம். அதற்காக ‘ஐயோ போகட்டும்’ என்று தமிழில் அர்த்தமும் கொடுத்திருக்கிறார்கள்: ‘தார தனயுல – பெண்டு பிள்ளைகளின்; உதர பூரணமு – வயிற்றை நிரப்புவதை; ஸேயுகொரடு – செய்யும் பொருட்டு; தூரதேச முலனு – தேசாந்தரங்களில் எல்லாம்; ஸஞ்சாரமு ஜேஸி – அலைந்து திரிந்து’ என்பதாக.

சாகித்தியத்திலுள்ள வார்த்தைகளை (வார்த்தைகள் அனேகமாக வடமொழிதான். தெலுங்கு சொற்பம்) தமிழ் நாட்டிலுள்ள தெலுங்கர்கள் அனுபவித்துக் கொள்ளலாம் என்று எண்ணுகிறேன். தெலுங்கு தெரியாத தமிழர்கள் அனுபவிக்கி றோம் என்று சொல்லுகிற தெல்லாம் ஏமாளித்தனம் அல்லது சௌடால்த்தனம்.

தாரதனயுல: காதுக்கு நன்றாய் இருக்கிறதா? உதர பூரணமு ஸேயு கொரடு; காதுக்கு அமிர்தம் வார்த்தாற் போல இருக்கிறதா?

அப்போதைக் கப்போது வார்த்தைகளைத் தெரிந்து கொண்டால் அவைகளின் பாவம், சுவை ஏதாவது தெரிந்துவிடுமா? தெரியவே தெரியாது.

இந்த விஷயமாகச் சந்தேகம் ஏதேனும் இருந்தால், தமிழ் தெரியாத தெலுங்கர்களிடம்போய், நம்முடைய தமிழ் சாகித்தியத்தை எடுத்து விட வேண்டும்; வார்த்தைகளுக்குப் பொருளும் சொல்லிப் பார்க்கவேண்டும். நிச்சயம் அவர்கள் ரஸிக்கமாட்டார்கள். நம்மைப் பைத்திய ஆஸ்பத்திரிக்கு அனுப்ப வேண்டும் என்றுதான் சொல்லுவார்கள்.

தெலுங்கர்களை விட்டுவிடுவோம். கன்னட தேசத்துக்குப் போங்கள், மகாராஷ்டிரத்துக்குப் போங்கள், கூர்ஜரத்துக்குப் போங்கள். எங்கேயாவது உங்கள் தமிழ் செல்லுமா? வங்காளிகளோ உணர்ச்சி பாவங்களை அனுபவிப்பவர்கள், மதிப்பவர்கள். ரவீந்திரர் அவதரித்த நாடல்லவா? அங்கே போய் உங்கள் தமிழை விற்றுப் பாருங்கள். விலைக்குப் போகவே போகாது.

நம்முடைய பாடகர் ஒருவர் கல்கத்தாவுக்குப் போயிருந்தார். அங்கிருந்த தமிழர்களான சென்னைவாசிகள் ஒரு கச்சேரி வைத்தார்கள். பாட்டுக்கள் எல்லாம் தெலுங்கு அல்லது அதைவிட தூரமான பாஷை. தமிழர் ஒருவராவது குறைகூறவில்லை. அவர்களுக்கு வேண்டிய வங்காளி நண்பர் ஒருவரும் அங்கிருந்தார். அவர் பாகவதரைப் பார்த்து, "ஒரு பாட்டையும் எனக்கு அனுபவிக்க முடியவில்லை. தமிழாயிருந்ததனால் (!) நண்பர்கள் அனுபவித்தார்கள். நான் அனுபவிக்கும்படியாக ஒரு வங்காளிப் பாட்டுப் பாட முடியுமா?" என்று கேட்டார். பாகவதர் வங்காளிப் பாடல் தெரியாது என்று சொல்லிவிட்டார்.

ஆனால், வங்காளிப் பாட்டையும் தமிழர்கள் அனுபவித்தே விடுவார்கள்! அனுபவிக்க முடியாது என்று சொல்லத் தைரியம் வராது. அப்படிச் சொல்லுவதற்கு வேண்டிய பகுத்தறிவும் கிடையாது. ஏன்? ஒன்றை அனுபவிக்கிறோமா, அனுபவிக்க வில்லையா என்று பகுத்துணரும் தத்துவமே பூஜ்யமாய்ப் போய்விட்டது.

இந்த மாதிரியான ஏமாளித்தனம் இங்கிலாந்திலும் வளமாக உண்டு. அது காரணமாகக் கல்வியெல்லாம் குட்டிச் சுவராய்ப் போய்விட்டது என்பதைத் தெரிந்து, மாத்யு ஆர்னால்டு என்ற ஆசிரியர், இந்த நோய்க்கு எப்படியாவது ஒரு பெயர் கொடுத்துவிடவேண்டும் என்று ஆத்திரப்பட்டு, "பட்டிக்காட்டுப் பாங்கு" (ப்ரொவின்ஷலிஸம்) என்று பெயர் கொடுத்தார். நம்முடைய கார்லைல் பேராசிரியரோ, "காண்ட்" (பயனில் சொல்லாடல்) என்று சொல்லி, அதைப்பற்றி ஐம்பத்தேழு புஸ்தகங்கள் எழுதித் தீர்த்தார். ஆனாலும், நோய் தீர்ந்த பாடாக இல்லை இங்கிலாந்தில். தமிழ்நாட்டிலுள்ள நோய் தீர்வதற்கு ஐயாயிரம் புஸ்தகங்கள் எழுதினாலும் பயன்படாது போலிருக்கிறது; நோய் அஸ்தியையே தாக்கிவிட்டது.

இந்த ஏமாளித்தனம் அதிகமாகப் போய்விட்டதற்குக் காரணம் இங்கிலீஷ் படிப்புத்தான். பாலப் பருவத்திலேயே பள்ளிக் கூடத்தில், தெரிந்தது இது. தெரியாதது இது என்று வித்தியாசம் கண்டுபிடிக்க முடியாதபடி பாடங்களை வகுக்கிறது, பாடங்களைக் கற்பிக்கிறது என்று ஏற்பட்டு விடுகிறது. சிறு

பையன்களிடம், "இத்தாலியர் கிரேக்கரை அடக்கியாண்டார்கள். ஆனால் உண்மையிலேயே கிரேக்கர்தான் இத்தாலியரை அடக்கி ஆண்டார்கள்" என்ற சரித்திரப் புதிர் ஒன்று போடுகிறது. இதுபற்றிய விடை பொதுவாகப் பையன்களுக்கு ஞாபகத்தில் இருப்பதில்லை. ஆயினும், ஒரு பையனுக்கு மட்டும் ஞாபகத்தில் இருந்தது. அவன் சொல்லிவிட்டான். "கிரேக்க நாகரிகத்தையே இத்தாலியர் கைக்கொண்டார்கள்" என்று. உபாத்தியாயர் மெச்சுகிறார்; பையனுக்கும் எக்களிப்பு, விஷயம் தெரிந்துவிட்டதாக. வெறும் ஏமாளிக் காரியம் அல்லவா இது! உபாத்தியாயருக்குத்தான் தெரிய முடியுமா விஷயம்? அவரை விட்டு விடுவோம். பையன்பாடு என்ன? தெரியாததைத் தெரிந்துகொண்டதாக எண்ணிவிட்டானே! இந்தக் கண்மூடித்தனம் வாழ்க்கையை விட்டு ஒருநாளும் போகாது. அவனும் நாளாவட்டத்தில் உபாத்தியாயராகி விடுகிறான். அவன் கைக்குள் வரும் அடுத்த தலைமுறைப் பையன்களிடம் அதே புதிரைப் போடுகிறான். சரி, பையன்களும் தானும் ஒரே ஏமாளிக்கூட்டந்தான்.

"குருடும் குருடும் குருட்டாட்டம் ஆடிக்
குருடும் குருடும் குழிவீழு மாறே!"

இந்த விதமாகப் பாடங்களைப் படித்ததிலிருந்துதான் நம்மவருக்குப் "பட்டிக்காட்டுப் பாங்கு", "காண்ட்" என்ற பயனில் சொல்லாடல் எல்லாம் வந்தது.

சிறு வயசிலேயே, தெரிந்தது இது தெரியாதது இது, ஒன்றை அனுபவிக்கிறோம் மற்றொன்றை அனுபவிக்கவில்லை என்ற வித்தியாசம் தெரியும்படியாகக் கல்வி புகட்ட வேண்டும். அப்படியானால்த்தான், வயசான பிறகு, பி.ஏ., பி.எல். எல்லாம் தேறின பிறகு, தெலுங்கை நன்றாய்க் கற்காததால், அதைவிட, நாம் தெலுங்கராய் இல்லாததால், தெலுங்குப் பாடல்களை நாம் அனுபவிக்கவில்லை தான் என்பது தெரியவரும்.

இப்படியெல்லாம் நம்மவரில்ச் சிலர் விஷயத்தைக் கூர்ந்து கவனித்து, தமிழர்களாகக் கூடியிருக்கிற சங்கீதக் கச்சேரிகளில் பாடகர்கள் தமிழ்ப் பாடல்கள்தான் பாடவேண்டும் என்று சொல்ல முன்வந்தார்கள்.

அவ்வளவுதான். உடனே அவதரித்துவிட்டார் சர்வஜன சமரச சிகாமணி: "என்ன ஸார், இப்படியெல்லாம் துவேஷம் உண்டாக்கலாமா? சங்கீதக் கலையிலுமா, ஸார், தெலுங்கர்களை விரோதிக்க வேண்டும்? தெலுங்குப் பாடல்களைப் பாடக்கூடாது என்று சொல்லுவது தேசபக்திக்கே விரோதம், ஹா! ஹோ!" என்று அமர்க்களப் படுத்திவிட்டார்.

நம்முடைய நண்பர் ஒருவர் அவரிடம் கேட்டார்: "ஐயா, தெலுங்கு எனக்குத் தெரியவில்லை, அதனால்த் தெலுங்குப் பாடல்களை அனுபவிக்க முடியவில்லை என்று தானே சொல்லுகிறேன். இதில் என்ன துவேஷம் இருக்கிறது?" என்பதாக. அப்படிச் சொன்ன வார்த்தை சர்வஜன சமரச சிகாமணிக்குக் காதில் விழுந்தபாடாக இல்லை. மறுபடியும், "தமிழராகிய நமக்கு இந்தத் துவேஷ புத்தி கூடவே கூடாது" என்று உச்சாணியிலிருந்து சொல்லிக்கொண்டே இருந்தார். அவரை ஏறிட்டுப் பார்த்து, "ஐயா, தங்களுக்கு ஸெக்கோஸ் லோவேகியா பாஷை தெரியுமா?" என்று கேட்க வேண்டியது; அவர் தெரியாது என்று சொல்லுவார். உடனே, "அடடா, தாங்கள் அந்த அப்பாவி ஜனங்கள்மேல் இவ்வளவு துவேஷங் கொள்ளலாமா? என்ன ஆங்காரம் ஸார், உங்களுக்கு! இப்படி யெல்லாம் விரோத பாவத்தைப் பாராட்டிக்கொண்டிருந்தால் தேசம் உருப்படவா போகிறது. அநியாயம்! அநியாயம்!!" என்று விளாச வேண்டியது. சிகாமணியை வாய் திறக்க இடங் கொடுக்கக்கூடாது.

தமிழ்நாட்டில், எல்லா இடங்களிலுமே, மேலே சொன்ன சிகாமணிகள் மலிந்திருப்பார்கள். அவர்களிடமெல்லாம் தர்க்க முறையில் பேசுவதில் பிரயோசனமும் இருக்காது.

"துலங்கு கல்வி
நற்குணத் தோருக்கு மெய்ஞ்ஞானம் ஆகும், அஞ்
ஞானருக்குத்
தர்க்கச் சமருக் கிடமாம்காண் ரத்ந
சபாபதியே!"

என்று சும்மாவா அலறினார்?

இது விஷயமாக, பேரறிஞராகிய நம்மவர் ஒருவர் சொன்னதை மனசில் பதிய வைத்துக்கொள்ள வேண்டும். தியாகையரையே சாகித்தியம் செய்வதில் பின்பற்ற வேண்டும்; அவர் தமிழ்நாட்டின் மத்தியிலேயே பிறந்து வளர்ந்தவராயிருந்தாலும், அவருடைய தாய் பாஷை தெலுங்காயிருக்க நேர்ந்தது பற்றித் தெலுங்கிலேயே சாகித்தியங்களைச் செய்தார். பக்கத்திலுள்ளவர்கள், நாட்டிலுள்ளவர்கள், தமிழ் மாத்திரம் தெரிந்த தமிழராய் இருப்பதைப் பொருட்படுத்தவில்லை. தம் இதயத்தில் உண்டான உணர்ச்சிகளைத் தமக்குச் சொந்தமான வீட்டுப் பாஷையிலேயே சொன்னால்த்தான் தமக்குத் திருப்தியுண்டாகும் என்று கண்டு கொண்டார். அப்படியே நாமும் சாகித்தியத்தைத் தமிழில்ச் செய்ய வேண்டும், தமிழ் சாகித்தியத்தையே அனுபவிக்க வேண்டும் என்பது ஏற்படுகிறதல்லவா? இது நம்முடைய பேரறிஞர் சொன்னது.

ஆனால், தெலுங்கராய் இல்லாத தமிழர்கள் என்ன செய்தார்கள்? தியாகையரைப் பார்த்துத் தாங்களும் தெலுங்கில் சாகித்தியம் செய்துவிட்டார்கள். தொடை நையத் தாளம்போட்டுச் சபையில் பாடியும் விட்டார்கள். இந்தக் கூத்துக்கு – சாகித்தியக் கூத்துக்குத்தான் – எத்தனையோ பேர் சேர்ந்துவிட்டார்கள்.

ஒரு மயில் ஆட நேர்ந்தது. சரி. வான்கோழிகள் பெருத்து விட்டன. திருவேங்கடம் முதல் கன்னியாகுமரி வரை எங்கே பார்த்தாலும் ஒரே வான்கோழி மயமாய்ப் போய்விட்டது. எல்லாம் தமிழ்க் கண்ணுக்கு மயில்தானே. இதையெல்லாம் பார்த்தால் அப்பாவி தியாகையர் என்ன செய்வார்!

போலித் தியாகையர்கள் பாடிய தெலுங்குப் பாடல்கள் எத்தனையோ சங்கீத உலகுக்குள் – தமிழுலகுக்குள்தான் – புகுந்து துவம்ஸம் செய்ய ஆரம்பித்துவிட்டன என்றும் விபரம் தெரிந்தவர்கள் சொல்லுகிறார்கள். இதையெல்லாம் வெளியே சொல்லவோ பயப்படுகிறார்கள். ஏன்? தியாக ப்ரும்ஹத்தின் சாபம் வந்துவிடும் என்றுதான்.

சாபம் போடுகிற சக்தியை வைத்துக் கலையை நிர்ணயிக்கக் கூடாதென்று முன்னோர்கள் சொல்லியிருக்கிறார்கள். நெற்றிக் கண்ணைக் காட்டினாலும் குற்றம் குற்றமே என்று முன்னமேதான் ஒருவர் சொல்லியிருக்கிறாரே! ஆகையால், கலை விஷயமாக உண்மை ஒன்றையே கவனிக்க வேண்டும். அப்படியல்லாமல், மரியாதைச் சம்பிரதாயங்களை வைத்துக்கொண்டு உண்மைக்கு மாறாகப் பேசுவோமானால், கலை பாழாய்ப் போய்விடும்; நமக்கும் கலை உணர்ச்சிக்கும் இடையே எட்டாத தூரமாய்ப் போய்விடும். அப்படியே போயிருக்கிறது. 'இருள் மூடிய சென்னை' என்று பிறர் சொல்லுகிறார்கள். சொல்லும்போது நாம் தலைகவிழ வேண்டியதாய்த் தானே இருக்கிறது?

தமிழ்நாட்டுச் சங்கீதம் தமிழ்நாட்டிலுள்ளவர்களுக்கெல்லாம் சொந்தம். ஆடவர், பெண்டிர், பிள்ளைகளுங்கூட அனுபவிக்கக் கூடியது. வட நாட்டிலிருந்து வந்து ஒருவர் அனுபவித்துவிடவே முடியாது. மேல்நாட்டாரும் அனுபவிக்க முடியாது. அவர்கள் அனுபவித்தோம் என்று சொல்லுகிறதெல்லாம் உபசாரம்.

நாம் அவர்களுடைய சங்கீதத்தை எப்படி அனுபவிக்க வில்லையோ அப்படியே அவர்களும் நம்முடைய சங்கீதத்தை அனுபவிக்க மாட்டார்கள். கலை என்றாலே அப்படித்தான். கலையை ஒரு இடத்திலிருந்து மற்றொரு இடத்துக்குப் பெயர்த்துச் செல்லுவதெல்லாம் வீணான காரியம். இருந்த இடத்தில் இருந்தால் அலங்காரம்; வேறொரு இடத்துக்குப் போய்விட்டால் அலங்கோலந்தான்.

தமிழ்ச் சங்கீதத்தை வைத்துக்கொண்டு முப்பது கோடித் தமிழர்களையும் சந்தோஷப்படுத்தலாம். அப்படி சந்தோஷப் படுத்துவதற்கு ஒரே ஒரு வழிதான். சங்கீதம் எல்லாம் தமிழிலேயே இருக்க வேண்டும். ஜெர்மன் பாஷையில் உயர்ந்த சாகித்தியமும் சங்கீதமும் இருக்கிறதாம். நமக்கென்ன பிரயோசனம்? விட்டுத் தொலை என்று தானே சொல்லுகிறோம்!

மனிதனுக்குக் கடவுள் எத்தனையோ சக்திகளைக் கொடுத்திருக்கிறார். விஷயத்தைத் தெரியப்படுத்த பாஷையைக் கொடுத்திருக்கிறார். ஆனால், உணர்ச்சி பாவங்களை பாஷை அவ்வளவாக எடுத்துச் சொல்ல உதவுவதில்லை. எடுத்துச் சொன்னபோதிலும் இதயத்தில் நிறுத்துவதில்லை. பதிய வைப்பதில்லை. சங்கீதம் அதைச் சாதித்துவிடுகிறது.

"பக்தன் வந்து நிற்கிறான் நம்மைச் சேவிக்க. நந்தியே, நீர் இடையே இருக்கிற காரணமாக மறைக்கிறதாம் கொஞ்சம் விலகிக்கொள்ளும்" என்று கடவுளே சொல்லுகிற பாவனை எவ்வளவு அருமையானது!

"சற்றே விலகி
இரும்பிள் ளாய்!
சன்னி தானம்
மறைக்கு தாம்"

என்று உண்மையான உணர்ச்சியோடும் பாவமான சங்கீதத்தோடும் பாடிவிட்டால், நம் உணர்ச்சி இந்த உலகத்தை விட்டு வேறு உலகத்துக்குப் போய் விடவில்லையா? பக்தி பாவம் நம் இதயத்திலே பதிந்து விடுகிறது. இது அற்புதந்தான். நடராஜப் பெருமானை "தெருவில் வாரானோ" என்று கமாஸ் ராகத்தில் பாடிவிட்டால், ஒரு பெண்ணின் ஆற்ற முடியாத ஏக்கத்துக்கு நாமே உள்ளாகிவிடுகிறோம் அல்லவா?

ஏதோ நல்ல வேளையாக, கதை செய்கிறவர்களும் பரத நாட்டியத்துக்குப் பாடுகிறவர்களும் விஷயம், பாஷை, பாவம் இவைகளைக் கவனித்துப் பாடிக் கொண்டிருக்கிறார்கள். அவர்களைப் 'பக்கா' பாடகர்கள் மதிக்கிறதில்லை. 'என்ன பாட்டு அதெல்லாம், இருபத்தேழு சங்கதி போடுவார்களா அவர்கள்?' என்று சொல்லி ஏளனம் பண்ணிவிடுகிறார்கள். அப்பாவி சாமானிய மனுஷன் கதை கேட்கிறதும் பரத நாட்டியத்தில்ப் பாட்டை அனுபவிக்கிறதும் மட்டரகந்தான் போலிருக்கிறது என்று எண்ணிவிடுகிறான். தனிப்பாட்டுக் கச்சேரி கேட்கிறதே நாகரிகம் என்று தீர்மானித்துவிடுகிறான். வீட்டில் நடக்கும் கலியாணத்துக்குத் தனிப்பாட்டுக் கச்சேரியையே அமர்த்தி விடுகிறான். மேடையில் வாய்ப் பாட்டும் பிடிலும் ஏதோ ஒரு பாஷையில்; சில வேளை அந்த பாஷையும் கிடையாது;

அரிச்சுவடிதான். தானும் அனுபவிக்கிறதில்லை. வந்தவர்களும் அனுபவிக்கிறதில்லை. கச்சேரியைச் சேர்ந்தவர்கள் தங்களுக்குள் அனுபவித்துக் கொள்ளுகிறார்கள். அதற்காக ரூபாய் இருநூறோ முந்நூறோ கழற்றி விடுகிறான்.

மறுநாள்க் காலையில், தெருவிலே ஒரு பிச்சைக்காரப் பெண் கொட்டாங்கச்சித் தம்பூரை வைத்துக்கொண்டு, தாயுமானவர், அருட்பா, பாம்பாட்டிச் சித்தர் பாடல் முதலிய பாடல்களை இனிமையாய்ப் பாடுகிறாள். கலியாண வீட்டுக்காரன் ஆனந்தத்தில் மூழ்கிப் போகிறான். அடடா, இரவிலே கொடுத்த இருநூற்றையோ முந்நூற்றையோ இந்தப் பெண்ணுக்குக் கொடுக்கலாமே என்று எண்ணுகிறான்.

'இவ்வளவும் வாஸ்தவந்தான் ஐயா. தெலுங்கில்ப் பாடிப் பாடி பாவம் போய்விட்டது. நமக்குப் பாட்டு மனசில் ஒட்டாமற் போய்விட்டது; பாட்டுப் பாடும்போது உட்கார்ந்திருக்கிறவர்கள் எல்லோரும் கருங்கற் சிலைகள்தான். இவ்வளவும் உண்மைதான். ஆனால், தமிழில் பாட்டே இல்லை என்று பாடகர்கள் சொல்லுகிறார்களே!' என்கிறார்கள். இது உண்மையா? அல்ல.

தியாகையர் பாட்டெல்லாம் சமீபத்தில் வந்தது தானே? நூற்றாண்டு விழா அவருக்கு இன்னும் கொண்டாடி விடவில்லையே! முன்னிருந்த தமிழ்ப் பாடல்களை வைத்துக்கொண்டுதான் அவர் தமக்குத் தெரிந்த தெலுங்கில் சாகித்தியம் செய்தார். ஆயிரக்கணக்கான வருஷங்களாக விருத்தியடைந்து வந்த தமிழ்ப் பாடல்களை வைத்துக்கொண்டுதான் அவர் பாடினார். கலை என்றால் நெடுங்காலமாக வளர வேண்டியது என்று மேல்நாட்டார் நன்றாய்ச் சொல்லுவார்கள். ஒருவரே செய்யக்கூடிய காரியம் அல்லவே அல்ல.

தியாகையர் பக்திமான். பக்தியோடு பாடினார். அதற்காக அவரைச் சிலர் மதித்தார்கள். எல்லோரும் பாஷையையும் பாவத்தையும் உணர்ந்து அனுபவித்தார்கள் என்று சொல்ல முடியாது. அவருடைய காலத்தவரான கோபாலகிருஷ்ண பாரதியாரின் பாடல்களை ஜனங்களெல்லோரும் நன்றாய் அனுபவித்தார்கள்; கேட்டு உருகினார்கள். முத்துத் தாண்டவர் கீர்த்தனைகள் இன்னும் பழமையான பாடல்கள். மிக அருமை யான சாகித்தியம். அற்புதமான சங்கீதம். எப்படியோ இந்த அருமையான, பக்தி மயமான பாடல்கள் பின்னுக்குப் போய் விட்டன. எங்கே? தமிழ்நாட்டிலத்தான்.

கீர்த்தனைகளாகவும் பதங்களாகவும் எத்தனையோ புஸ்தகங்கள் இருந்தன; இன்றைக்கும் இருக்கின்றன. இருந்தென்ன? கச்சேரிகளில்தான் பாடக்கூடாதே!

தமிழ்ப் பாட்டுக்குத் 'துக்கடா' என்று பேர் வைத்துக் கடைசியில் தள்ளி, கேட்க வந்தவர்கள் அலுத்துப்போய், முதுகை நெளித்துத் துண்டை உதறி எழுந்திருக்கும்போது பாடிவிடுகிறது. பிறகு மங்களந்தான்.

கொஞ்ச காலமாக நம்முடைய சங்கீதத்துக்கு நல்ல காலம் வந்திருக்கிறது என்று சொல்ல வேண்டும். கூட்டங்களிலே இங்கிலீஷில் பேச ஆரம்பித்தால் தமிழிலே பேசுங்கள் என்கிறார்கள். அப்படியே, பாடகர்களைத் தமிழில்ப் பாடவேண்டும் என்று சொல்ல ஆரம்பித்துவிட்டார்கள். இனிமேல் பாடகர்கள் தமிழ்ப் பாடல்களைக் கற்க ஆரம்பிப்பார்கள். தமிழ்ப் பாடுகிறது தங்களுக்கு அகௌரவம் என்கிற எண்ணம் நீங்கிவிடும். பாடல்களோ நிச்சயமாகத் தெலுங்கில் இருக்கிறதைவிட எத்தனையோ மடங்கு அதிகமாகத் தமிழில் இருக்கின்றன. பாடகர்கள் அவைகளைக் கற்று நமக்கு உதவப்போகிறார்கள். நல்ல காலம் பிறக்கப் போகிறது. ஆடவர் பெண்டிர் பிள்ளைகள் எல்லோரும் காதைத் திறந்து வைத்துக்கொள்ளுங்கள்.

இதோடு ஒரு பரிதாபமான காரியத்தையும் தெரிவிக்க விரும்புகிறேன். மேலே சொன்ன தெலுங்குப் பாடல்ப் பிரசாரத்தால்த் தமிழ்ப் பாடல்கள் எத்தனையோ தொலைந்து போய்விட்டன என்ற காரியந்தான். இந்த விஷயத்தைப் பற்றி நேரில்த் தெரிந்த மகாமகோபாத்தியாய டாக்டர் உ.வே. சாமிநாத ஐயர் அவர்கள் சொன்னால் நன்றாயிருக்கும். அவர்கள் தமிழைப் போல சங்கீதத்தையும் நன்றாய்க் கற்றவர்கள். சங்கீதத்தின் தாரதம்மியமெல்லாம் தெரிந்தவர்கள். அவர்களுடைய சுயசரிதையில் இவ்வாறு எழுதுகிறார்கள்:

> "சங்கீதத்திலும் சாகியத்தியத்திலும் வல்ல வித்துவான்கள் பலர் தமிழில் கீர்த்தனங்கள் இயற்றியிருக்கிறார்கள். பாடுவோரும் பாராட்டுவோரும் இல்லாமையால் வரவர அக்கீர்த்தனங்கள் மறைந்து போயின. ஆயிரக்கணக்கான தமிழ்க் கீர்த்தனைகள் இந்நாட்டில் முன்பு வழங்கிவந்தன. கர்நாடக ராகங்களின் கதிக்கு மிகவும் பொருத்தமாக அவை அமைந்திருந்தன. அன்று நான் கேட்ட அவை, இன்று, இருந்த இடம் தெரியாமல் மறைந்து போய்விட்டன. 'தமிழில் கீர்த்தனங்களே இல்லை' என்று கூறவும் சிலர் அஞ்சுவதில்லை. எல்லாம் சற்றேறக்குறைய அறுபது வருஷத்தில் நிகழ்ந்த மாறுபாடு"*

(15 டிசம்பர் 1940)

~

* ஆனந்த விகடன், 28.1.1940

19

கவியும் உருவமும்

சிறுபிள்ளைத்தனம் என்பது ஒரு மாறாத் தத்துவமே. மனிதர் ஒவ்வொருவரிடமும் அது இருக்கிறது. புதிதாக ஒன்றைப் பார்த்துவிட்டால் அதில் மோகம்; அதனால் உபயோகம் உண்டா என்பதைக் கவனிக்கிறதில்லை. ஒரு தம்பிடி பெறக்கூடிய கிலுகிலுப்பைக்கு ஒரு ரூபாயைக் கொடுத்து விடுவோம். குதிரைப் பந்தயம் போன்ற கிலுகிலுப்பைகளை ஜாலக்காய் எப்படி விற்று விடுகிறார்கள் நம்மிடம்! ஆங்கிலப் பாஷையை எப்படி விற்று விட்டார்கள்! நம்மை ஏளனம் பண்ணுவதற்காகச் சடசட என்று வெறும் சத்தம் கேட்கிற ஆங்கில பாஷையை மெள்ள நம்முடைய கையில் கொடுத்துவிட்டுப் போய்விட்டார்கள். கிலுகிலுப்பையை வைத்துக்கொண்டு நாம் போட்ட சத்தத்தில், (வீட்டில், வீதியில், மேடையில், எங்குமே தான்) ஆங்கிலேயர்கூடச் சங்கடப்பட்டு, "ஏண்டா ஆங்கில பாஷையை இவர்களிடம் விற்றோம்!" என்று வருந்தும்படி ஏற்பட்டுவிட்டது.

நாற்பது கோடி ஜனங்கள் கொண்ட ஒரு சமுதாயம் அல்லவா புதிதாக ஒன்றைக் கண்டு ஏமாந்து போய்விட்டது! பாஷையின்மேல் ஏற்பட்ட மோகத்தினால் விஷயம் கையைவிட்டு நழுவிப் போய்விட்டது.

மேல் நாட்டிலே, சரித்திர உணர்ச்சி, தத்துவ உணர்ச்சியெல்லாம் அபாரமாய் வளர்ந்தேறி வந்திருக்கின்றன. அவைகள் நமக்கு அவ்வளவாகக் கைவந்தபாடாக இல்லை. காரணம் என்ன? விஷயத்தை விட்டுவிட்டு வெறும் வார்த்தையையே மென்று கொண்டிருக்கும் பழக்கம் ஏற்பட்டதுதான்.

ஆங்கில பாஷையில் மோகம் வைக்காமல், அது ஒரு கருவிதான் என்று கருதிக் கற்றிருந்தால் விஷயந்தான் முக்கியம் என்று கருத நேர்ந்திருக்கும்; மேல்நாட்டில்க் கண்ட உண்மைகள் எல்லாம் நமக்கு எளிதில்க் கைவந்திருக்கும்.

இதெல்லாம், புதுமை என்ற காரணமாகக் குழந்தைத் தத்துவம் ஒன்று, ஒரு பெரிய சமுதாயத்தையுங்கூடப் பாதித்துக் கொண்டிருக்கும் என்பதைக் காட்டுகிறது.

இனி, தொன்மையைப் பற்றிப் பேசலாம். பழைய காரியங்கள் சிலவற்றை ரொம்பவும் மதிக்கிறோம்; மதிக்கிறது என்றால், ஏதோ பழைமை என்ற ஒரு பண்பு பற்றியல்ல. பழைய காரியத்தில் உயிர் இருக்கும், பிரயோசனம் இருக்கும் என்ற நம்பிக்கை பற்றித்தான்.

ஆயிரம் வருஷமாக வளர்ந்துவந்த மரத்தை மதிக்கிறோம் என்றால், அதில் உயிர் இருக்க வேண்டும்; நிழல் தருவதற்குரிய இலை தழை எல்லாம் இருக்க வேண்டும். பட்டுப் போன மரத்தை ஆயிரம் வருஷத்தியது என்று, கொத்திக் கொடுத்து நீர் வார்த்துக் கொண்டிருக்க முடியாது; சந்தனம் குங்குமம் புஷ்பம் எல்லாம் போட்டு வழிபாடு செய்ய முடியாது; கோடாலிக்காரனை ஏவிவிட வேண்டியதுதான். அல்லாதபக்ஷம், கறையானும் உளுவானும் குடியிருந்து கொண்டு, பக்கத்து மரங்களுக்கு நோய் உண்டுபண்ணிக் கொண்டிருக்கும். எப்படியும் மரம் புதிதாக அந்த இடத்தில் உண்டாகாது.

நம்முடைய சமுதாய வாழ்க்கையிலே, பட்டுப்போன மரங்கள், பழையன என்ற ஒரு காரணத்தினாலேயே வட்டம் போட்டு இடத்தை அடைத்துக்கொண்டிருக்கின்றன. சில துறைகளைப் பார்த்தால் ஒரே காடு; பட்டுப்போன மரங்கள் அடர்ந்த காடுதான்.

நம்முடைய வாழ்க்கையையும் பண்பாட்டையும் அடிக்கடி 'ஜடுதி' பார்க்க வேண்டும். பழைய காரியங்கள் உயிரற்றனவாய் நின்று இடையூறு செய்கின்றனவா என்று பார்க்க வேண்டும். வேண்டாதவைகளைக் களைந்து எறியக் கூசக்கூடாது. அப்போதுதான் வாழ்க்கை வளம்படும்.

வாழ்க்கையில் வேறு எந்தத் துறையில் இந்த விஷயமாகப் பேரம் பண்ணிக்கொண்டிருந்தாலும், கலை, இலக்கியம் சம்பந்தமாகப் பேரம் பண்ணவே கூடாது. இதை எப்படியோ நம்முடைய முன்னோர்கள் உணர்ந்து அழகாகக் கதை கற்பித்து விட்டார்கள். நெற்றிக் கண்ணைக் காட்டினாலும் குற்றம் குற்றமே என்றால் வேறென்ன?

ஆனாலும் சமீபத்தில், நாற்பது ஐம்பது வருஷமாகத்தான் இலக்கிய சம்பந்தமாக வேண்டாத சில கொள்கைகள் வந்து நமக்குள் புகுந்து கஷ்டப்படுத்திக் கொண்டிருக்கின்றன. எவ்வளவுக் கெவ்வளவு வார்த்தையும் இலக்கணமும் வழக்கொழிந்திருக் கின்றனவோ, அவ்வளவுக் கவ்வளவு உயர்ந்த இலக்கியம் என்று மதிப்பேறிவிட்டது. அப்பேர்ப்பட்ட நூல்களையோ பகுதிகளையோ பாடமாக வைத்து வியாக்கியானம் விமரிசனம் எல்லாம் சொல்லிப் பிரமாதப்படுத்தி விடுகிறார்கள். பையன்கள், அப்பாவிகள், என்ன செய்வார்கள்! 'சங்கடப்படுத்துவதுதான் தமிழ்' என்று எண்ணி விடுகிறார்கள்.

வித்துவான் பரீக்ஷைக்குப் படிக்கிற தமிழ் மாணவர்களே இப்படியெல்லாம் சொல்லுகிறார்கள். ஆசிரியர்களிடத்தில், தமிழ் நன்றாயிருக்கிறது, நன்றாயிருக்கிறது என்று பரீக்ஷை 'பாஸ்' பண்ணுவதற்காக 'ஆமாம்' போட்டுக் கொண்டிருக்கலாம். உண்மையைக் கிளறினால், 'எல்லாம் ஒரே கஷ்டந்தான்' என்று சொல்லி விடுவார்கள்.

அப்படியானால், தமிழ்ப் பண்பாட்டுக்கு எவ்வளவு நிரந்தரமான கேடு ஏற்பட்டு விடுகிறது பாருங்கள்! ஆகையால், நூல்களை மதிப்பிடும்போது பழமை என்று சொல்லிக் கொண்டிருக்கக்கூடாது; உருவம் என்று சொல்ல இடமில்லாத செய்யுட்களைத் தள்ளிவிடத் தயாராயிருக்க வேண்டும். பழைய நூல்கள் என்றால்க் கவிப்பண்பும் இதயப் பண்பும் இருந்தால்த்தான் ஒப்புக்கொள்ள வேண்டும். மற்றபடி மதிப்புக் கொடுத்துவிடக் கூடாது. இந்த விஷயத்தை உதாரண முகத்தால் பார்க்கலாம்.

நல்ல செயலில் இருந்த பிரபு ஒருவர் ஏதோ விதியின் கொடுமையால் ரொம்பவும் தரித்திரத்துக்கு உள்ளாய் விடுகிறார். இந்தத் தரித்திர நிலைமையை அவர் போய் வள்ளல் குமணனிடம் சொல்லுவதாக பாவம்.

பிரபுவின் வீட்டில் (ஆதியில்) சதா விருந்தாளிகள் இருந்து வந்தார்கள். பத்து, இருபது, முப்பது என்று விருந்தாளிகள். அதற்காக அடுப்பே பெரியதாகவும் உயரமாகவும் கட்டியிருந்தது. விறகு கட்டுக் கட்டாகப் போட்டு எரிப்பதால் நெருப்பு விசாலமாகச் சுவாலைவிட்டு எரிந்துகொண்டிருக்கும். பார்க்க எவ்வளவோ அழகாயிருக்கும்; மனசுக்கு உவந்ததா யிருக்கும். இப்போதோ சமையலே இல்லை, அடுப்பே பற்றவைக்கிறதில்லை என்று ஆய்விட்டது; அவ்வளவு தரித்திரம். வீட்டின் மோடு பிரிந்துகிடப்பதால் மழை அடுப்பிலேயே பெய்துவிடும். சாம்பலில் உள்ள ஈரத்தால் குடைகுடையாகக் காளான்கள் முளைத்துக் கிடக்கின்றன. இப்படி நிலைமை இருந்தால் மனையாள்

பட்டினியாய்க் கிடக்க வேண்டியது தானே? சதையெல்லாம் வற்றிப் போக ஸ்தன்யத்தில் பால் ஊறுகிறதில்லை; துவாரமே (இல்லி) அடைப்பட்டுப் போய்விட்டதோ என்று சொல்லத் தோன்றுமாம். இந்தச் சோகமான விஷயங்களை வைத்துக்கொண்டு, பிற்காலத்தி லுள்ள ஒப்பிலாமணிப் புலவர் மனம் உருகிப் பாடுகிறார்:

"ஆடெரி படர்ந்த கோடுயர் அடுப்பில்
ஆம்பி பூப்பத் தேம்புபசி யுழன்று
இல்லி தூர்ந்த பொல்லா வறுமுலை–"

இப்பேர்ப் பட்ட ஸ்தன்யத்தைக் குழந்தை சுவைக்கிறதாம்.

"சுவைத்தொறும் சுவைத்தொறும் பால்கா ணாமல்
குழவி தாய்முகம் நோக்க, மனைவி
என்முகம் நோக்க, யானும்
நின்முகம் நோக்கி வந்தனன் குமணா!"

இந்தச் செய்யுளில் சோக பாவம் அப்படியே வந்துவிடுகிறது. தமிழ்ப்பண்பு, தமிழின் பாவமான தாளம் (ஆங்கிலத்தில் ரிதும்) எல்லாம் அற்புதமாய் வந்து விளங்குகின்றன. பாடலைப் பாடப்பாட நமக்கு உள்ளங் கனியும்; கவி அனுபவமும் உண்டாகும்.

இந்தப் பாடலுக்கு ஒப்பிலாமணிப் புலவர் பூர்வமான செய்யுள் ஒன்றின் கருத்தை எடுத்துக்கொண்டார்; வார்த்தைகள் சிலவற்றையுமே எடுத்துக்கொண்டார். ஆனால், உருவம் கொடுத்ததும் தாளம் கொடுத்ததும் அவர்தான். அவருடைய சொந்தச் சிருஷ்டிதான் கவி; கல்லைப் பாறையிலிருந்து எடுத்துத் தெய்வ உருவம் சிருஷ்டித்த கணக்குத்தான். பூர்வமான செய்யுள் இது:

"ஆடுநனி மறந்த கோடுயர் அடுப்பின்
ஆம்பி பூப்பத் தேம்புபசி உழவாப்
பாஅல் இன்மையின் தோலொடு திரங்கி
இல்லி தூர்ந்த பொல்லா வறுமுலை
சுவைத்தோ(று) அழூஉம்தன் மகத்துமுகம் நோக்கி
நீரொடு நிறைந்த ஈரிதழ் மழைக்கண் என்
மனையோள் எவ்வம் நோக்கி நினைஇ
நிற்படர்ந் திசினே நற்போர்க் குமண!"*

வாசகர்கள் இதை வைத்துக்கொண்டு கஷ்டப்பட வேண்டாம்; வாசித்து அப்படியே விட்டுவிடலாம்.

கவிக்கு வேண்டியது எளிமை. வேண்டாத விஷயங்கள் வந்து, புறநானூற்றுச் செய்யுளைக் கலக்கிவிட்டன. எளிமை இல்லாமற் போய்விட்டது. அடைகளை மேலே மேலே போடுவதால் கவியின் உள்ளக்கிடை மயங்கிப்போய் விடுகிறது; கவியில் ரஸம் இல்லை என்றாகிவிடுகிறது.

---

* புறநானூறு, 164.

சோக பாவம் சம்பந்தமாகச் செய்யுளின் உருவத்தைப் பார்த்தோம். இனி, வீர பாவத்தைப் பார்க்கலாம்.

புறநானூற்றுப் பாட்டு மற்றொன்று (152); வல்வில் ஓரி என்ற வீரன் ஒருவனுடைய வேட்டைத் திறத்தைச் சொல்ல வந்த இடம். ஒருநாள் வேட்டையில் அவனுடைய அம்பானது வெகு வேகமாய்ச் சென்றது. முதலில் யானையொன்றைக் கீழே வீழ்த்தியது; பிறகு புலியை ரொம்பவும் புண்படுத்தியது; பிறகு புல்வாய் ஒன்றை உருட்டியது; அதன்பிறகு காட்டுப் பன்றியொன்றைச் செத்து விழச் செய்தது; கடைசியாக அங்கிருந்த கறையான் புற்றுக்குள் பாய்ந்து, புற்றுக்குள் தங்கியிருந்த உடும்பு ஒன்றைக் கொன்றது. விஷயம் ஒரு மாதிரியாகத்தான் இருக்கிறது; செய்யுளைப் பார்ப்போம்:

> "வேழம் வீழ்த்த விழுத்தொடைப் பகழி
> பேழ்வாய் உழுவையைப் பெரும்பிறி துறீஇப்
> புழற்றலைப் புகர்க்கலை உருட்டி உரற்றலைக்
> கேழற் பன்றி வீழ, அயலது
> ஆழற் புற்றத்(து) உடும்பிற் செற்றும்
> வல்வில் வேட்டம் வளம்படுத் திருந்தோன்."

இதிலுள்ள விஷயத்தின் போக்கு, செய்யுளின் போக்கு இவைகளை மனசில் வைத்துக்கொண்டு, கம்பர் பாடல் ஒன்றைப் பார்க்கலாம்.

ஒரு முக்கியமான கட்டந்தான். ராமனை, சீதையின் தந்தையான ஜனகன் அரண்மனைக்கு அழைத்துப் போகிறார் விசுவாமித்திரர்; அயோத்தியிலிருந்து புறப்பட்டு வந்ததாகவும், இடையில் நிகழ்ந்த ராமனுடைய வீரச்செயல் இது என்றும் ஜனகனிடம் சொல்லுகிறார்:

"வரும் வழியில் ஒரு குன்று. அந்தக் குன்றைப் பற்றியும் அதில் வாழும் அரக்கியான தாடகையைப் பற்றியும் பேசிக்கொண் டிருந்தோம். அப்போது திடீரென்று குன்றின் உச்சியில் அரக்கி பயங்கரமான உருவத்தில்த் தோன்றினாள். குன்றின் சரிவில் இறங்கி நின்றுகொண்டு அவள் ஒரு சூலாயுதத்தை எடுத்து எங்கள்மேல் வேகமாக வீசினாள். ராமன் ஒரு அம்பை எய்து அந்தச் சூலாயுதத்தை சுக்குச் சுக்காகப் போகும்படி முறித்து எய்தான். பிறகு பெரிய அம்பு ஒன்றை எடுத்து எய்தான். அது என்ன செய்தது? கொல்லுலைபோல அக்கினியைக் கொப்புளித்துக் கொண்டிருந்த கண் கொண்ட தாடகையின் (உரம்) மார்பை உருவிப்போயிற்று!"

இப்போது பாட்டைப் பார்க்கலாம். அலை அலையாக மோதிக்கொண்டிருக்கும் நீலக்கடல் போல் சக்தியும் அற்புதமும்

வாய்ந்தவனாய் இருக்கிறான் ராமன். ஜனகனைப் பார்த்து விசுவாமித்திரர் பேசுகிற பேச்சு:

"அலையுருவக் கடல்உருவத்(து)
ஆண்டகைதன் நீண்டுயர்ந்த
நிலையுருவப் புயவலியை
நீயுருவ நோக்கையா!
உலையுருவக் கனல்உமிழ்கட்
தாடகைதன் உரம் உருவி–"

தாடகையின் மார்பை உருவிவிட்டு வேறு என்ன செய்தது அந்த அம்பு? அவளுக்குப் பின்னிருந்த மலையை உருவியது; பிறகு மலைக்குப் பின்பக்கத்தின் சரிவில் வளர்ந்து ஓங்கிநின்ற மரம் ஒன்றையும் உருவியது; தன் காரியங்களை இப்படியாக முடித்துக்கொண்டு அந்த அம்பு கடைசியில் மண்ணுக்குள் பாய்ந்தது. செய்யுளை முழுமையும் பார்ப்போம்:

"அலையுருவக் கடல்உருவத்(து)
ஆண்டகைதன் நீண்டுயர்ந்த
நிலையுருவப் புயவலியை
நீயுருவ நோக்கையா!
உலையுருவக் கனல்உமிழ்கட்
தாடகைதன் உரம்உருவி,
மலையுருவி மரம்உருவி
மண்உருவிற்(று) ஒருவாளி!"

பாட்டைப் பாடும்போது மூன்றாவது அடியிலுள்ள 'உரம் உருவி' என்ற வார்த்தையோடு கொஞ்சம் நிற்க வேண்டும்; பிறகு 'மலையுருவி' என்று ஆரம்பித்துப் பாட்டை முடிக்க வேண்டும். அப்போது பாவதாளத்தின் (ரிதும்) வேகம் இன்னதென்று தெரியவரும். அம்பின் வேகமே செய்யுளில் உருவமாக உருவெடுக்கிறது. இதைத் தான் ஆங்கிலத்தில் 'பார்ம்' (form) – உருவம் என்று சொல்லுவார்கள். இந்த உருவம் இருந்தால்த்தான் கவி. உருவம் என்பது, விஷயம், உணர்ச்சி (இங்கே வியப்பும் வீரமும் கலந்த உணர்ச்சி), சொல், தாளம் எல்லாம் சேர்ந்து பிறக்கிற ஒரு அற்புத தத்துவம். இதெல்லாம் கவியில்த் தெளிவாகத் தெரியக் கிடக்கிறது. புறநானூற்றுச் செய்யுளில் இல்லைதான். இரண்டையும் சில தடவையாவது ஆரஅமரப் பாடிப் பார்த்தால் எளிதில் வித்தியாசம் தெரிந்துவிடும்.

கவிக்கு, விஷயம் அல்ல, உருவமே பிரதானம்.

(*கலைமகள்* 14 ஜனவரி 1941)

~

20

திருநெல்வேலிச் சீமையும் தமிழ்க் கவியும்

ஒரு நாட்டில் காவியம் உண்டாய்க் கொண்டே இருக்க வேண்டுமென்று எதிர்பார்ப்பது அவ்வளவு சரியல்ல. பொதுவாக, ஆயிரம் வருஷத்துக்கு ஒரு தடவை கவிஞன் பிறக்கிறான் என்று சொல்லுவார்கள். ஒருவகையாக அது உண்மைதான். கவி அவ்வளவு அருமை. ஆனால், கவியை அனுபவிக்கிற திறமை அவ்வளவு அபூர்வமான விஷயம் அல்ல; ஆண், பெண் எல்லோருமே அனுபவிக்கிற விஷயந்தான் அது.

திருநெல்வேலி ஜில்லாவிலே சென்ற ஆயிரம் வருஷங்களாக இலக்கிய உணர்ச்சியும், அதற்கு ஆதரவும், நெடுகிலும் இருந்து வந்திருக்கிறது. கவி என்றாலும், கம்பர் போன்ற மகாகவியாகிய சூரியன் உதிக்கவில்லை என்று சொல்லலாமே ஒழிய, சந்திரன், நக்ஷத்திரங்கள் போன்ற அடுத்தபடியான சுடர்கள் தோன்றவில்லை என்று சொல்லிவிடக்கூடாது.

வானத்தில் விளைந்த சுடர்கள் போல இயற்கையில் விளைந்த கவிகளைத்தான் கவிகள் என்று சொல்ல வேண்டும். மின்மினிப் பூச்சியையும் 'காக்காப்' பொன்னையும் பார்த்து ஏமாந்து போகக் கூடாது. திருநெல்வேலி ஜில்லாவில் உண்மையான கவிஞர்கள் நெடுகிலும் பிறந்திருக்கிறார்கள். அவர்களுடைய பாடல்களையும் மக்கள் அனுபவித்து வந்திருக்கிறார்கள்.

இன்றைக்குங்கூட, ஆங்கில பாஷை வந்து புகுந்து தமிழ் நாகரிகம், கலை எல்லாவற்றையும்

துவம்ஸம் செய்துவிட்ட பிறகும், பல ஊர்களில் தமிழ்ச் சங்கங்கள் ஏற்பட்டுத் தமிழ் இலக்கியங்களை கற்று வருகிறார்கள். இந்தக் கிளர்ச்சி, உணர்ச்சி எல்லாம் பண்டைக் காலத்துத் தொடர்பு என்றே சொல்லவேண்டும். தூத்துக்குடி, கோயில்ப்பட்டி, பாளையங்கோட்டை, திருநெல்வேலி, தென்காசி முதலிய இடங்களில் இன்றைக்கும் தமிழ்ச் சங்கங்கள் நடப்பது முன்னோர் செய்த புண்ணியந்தான்.

கவிஞர்கள் பிறப்பது மிக அருமை என்று மறுபடியும் சொல்ல வேண்டியதில்லை. இரண்டு கவிஞர்களை நேராகப் பார்க்க நமக்குக் கிடைத்தது என்றால் சாமானிய காரியமா? சுப்பிரமணிய பாரதியாரை நேராகப் பார்க்கக் கிடைத்தது. தேசிக விநாயகம் பிள்ளையவர்களையோ நேரிற் பார்த்து அனுபவித்துக் கொண்டிருக்கிறோம். இந்த இரண்டு கவிஞர்களும் தமிழுக்கு அழியாச் செல்வத்தைத் தந்திருக்கிறார்கள்.

பாரதியார் பிறந்து வளர்ந்த இடம் எட்டையபுரம். எட்டையபுர சமஸ்தானம் நெடுகிலும் தமிழையும் தமிழ்ப் புலவர்களையும் ஆதரித்துவந்த காரணத்தால், எட்டையபுரத்தைச் சுற்றியுள்ள கரிசல்ப் பூமி எங்குமே ஊர் ஊராய்ப் புலவர்களும் கவிராயர்களும் உண்டு. பாரதியார் அந்தக் கரிசல் பூமியில் உண்டான கவிஞர்.

தேசிக விநாயகம் பிள்ளையவர்கள் கன்னியாகுமரிப் பக்கம். அதாவது நாஞ்சி நாட்டில் பிறந்து வளர்ந்தவராய் இருந்தாலும், நாஞ்சி நாட்டு மணமெல்லாம் அவர் பாடலில் இருந்தாலும், தமிழை அழுத்தமாக ஆர்வத்தோடு கற்ற இடம் திருநெல்வேலி நகர்தான்.

கம்பர் திருநெல்வேலியில் பிறக்கவில்லைதான். ஆனால், கம்பரைத் திருநெல்வேலியில் நெடுகிலும் நல்ல முறையில் அனுபவித்து வந்திருக்கிறார்கள் என்பது பாரதியார், பிள்ளையவர்கள் ஆகிய இருவர் சொல்லிய சொல்லிலிருந்தும் தெரியலாம்.

> "கல்வி சிறந்த தமிழ்நாடு – புகழ்க்
> கம்பன் பிறந்த தமிழ்நாடு"

என்று எவ்வளவு ஆர்வத்தோடு சொல்லுகிறார் பாரதியார். தேசிகவிநாயகம் பிள்ளை தாமே குழந்தைத் தத்துவத்தில் ஈடுபட்டு, தாலாட்டுக் கவி சொல்லுகிறார். உண்மையான தாலாட்டுக் கவி சொல்லுவது என்றால் ரொம்பவும் அருமையான காரியந்தான். பிள்ளையவர்களிடமிருந்து உண்மையான தாலாட்டு ஒன்று தமிழுக்குக் கிடைத்திருக்கிறது. அதில் ஒரு பாடல்:

“கம்பன் கவியின்
களியமுதம் உண்டிட, மால்
அம்புவியில் வந்திங்(கு)
அவதாரம் செய்தானோ!”

கம்பருடைய கவியை அனுபவிப்பதற்காகவே திருமாலானவர் உலகத்தில் வந்து பிறப்பது தகுதிதான். ஆனால் ஒன்று; தமிழ் நாட்டில் வந்து பிறக்க வேண்டும். ரொம்ப சரி.

பாரதியாரும் தேசிகவிநாயகம் பிள்ளையும் நம்மோடு ஒட்டியவர்கள். இவர்களை விட்டுவிட்டு, கொஞ்சம் முந்தியுள்ள கவிஞர்களைப் பார்க்கலாம்.

‘புலவர்கள் முக்கியமா? அவர்கள் பாடிய பாடல் முக்கியமா?’ என்று கேட்டால், பரீக்ஷைக்குப் போகிறவர்களுக்கு, புலவர்களும் அவர்கள் சரித்திரமும் முக்கியம்; மற்றவர்களுக்கெல்லாம் பாடல்தான் முக்கியம். திருநெல்வேலி ஜில்லாவைச் சுற்றிப் பார்க்க விரும்புகிறவர்களோ பரீக்ஷை ஒன்றுக்கும் போக வேண்டியவர்கள் அல்ல. ஆகையால், புலவர்களுடைய சரித்திரத்தைப் பற்றிய குறிப்பு அவ்வளவாக வேண்டியதில்லை. குறிப்புகள் அனேகமாய் இல்லவும் இல்லைதான். ஊர்கள் சம்பந்தமாகச் சில பாடல்களை மாத்திரம் ஞாபகப்படுத்தலாம் என்று எண்ணுகிறேன்.

ரயில் மார்க்கமாகப் போகும்போது திருநெல்வேலி ஜில்லா எல்லையிலுள்ள முதல் ஸ்டேஷன் கோயில்ப்பட்டி. கோயில்ப்பட்டியிலிருந்து கிழக்கே எட்டு மைல் தூரத்தில்தான் நம்முடைய பாரதியாரின் பிறப்பிடமாகிய எட்டையபுரம் இருக்கிறது. அங்கே சுமார் இருநூறு வருஷங்களுக்கு முன் இருந்தவர் கடிகைமுத்துப் புலவர். அவர் வேங்கடேசுர எட்டப்ப ராஜாவைப் பற்றிப் பல பாடல்கள் பாடியிருக்கிறார். அவைகளில், பின்வரும் பாடல் காதல்த் துறையில் அமைந்த நயமான பாடல். நாயகி தோழியிடம் தன் கஷ்டத்தைச் சொல்லி வருந்துகிறாள்:

“ஆளுக்கே அழகன்எங்கள்
இளசைவெங்க டேசுரெட்டன்*,
அன்பையீ சன்
தாளுக்கே விருந்திட்டான்,
ஒன்னலர்கள் செங்குருதித்
தசையைத்தன் கை
வாளுக்கே விருந்திட்டான்,
பாவியேன் ஆவியையும்
மலர்க்கைவா ளி

---

*. இளசை – எட்டையபுரம்

வேளுக்கே விருந்திட்டான்!
இப்படிக்கு வள்ளல்எவன்
விருந்திட்டா னே ?"

இந்தப் பாட்டோடு எட்டையபுரத்தை விட்டுவிட்டு மணியாச்சி ஜங்ஷனுக்குப் போவோம். மணியாச்சியிலிருந்து ஏழெட்டு மைல் தூரத்தில் தாம்பிரபர்ணி நதியும் சிற்றாறும் கலக்கிற இடம். அங்கேதான் சீவலப்பேரி என்கிற முக்கூடல். முக்கூடல்ப் பள்ளு என்னும் பிரபந்தம் இந்த முக்கூடலைப் பற்றியதுதான். சாதாரணமாக மழை பெய்யாத இடத்தில் மழை பெய்கிறது என்றால்க் குடியானவர்களுக்கு ஒரே கும்மாளி அல்லவா? அந்தக் கும்மாளி,

"ஆற்று வெள்ளம் நாளை வரத்
தோற்று தேகு றி"

என்ற அடியிலேயே இருக்கிறது. குடியானவர்களுக்கு, சங்கீதத்தி லெல்லாம் சங்கீதம், மழை வருகிறதற்கு அறிகுறியான இடிமுழக்கந் தான். இடி கிழக்குத் திக்கில் ஈழநாட்டிலிருந்து ஆரவாரத்தோடு புறப்பட்டு மேற்கேயுள்ள மலையாள தேசத்துக்கு எட்டி ஒரே முழக்காய் முழக்குகிறது. இந்த இடிஓட்டம் கிழமேலாக அப்படியும் இப்படியுமாக முரசடித்துக் கொண்டே இருக்கிறது. இதோடு மின்னலுந்தான். பயங்கரமான காரியமே ஆனாலும், இடிமுழக்கந்தான் சங்கீதம்; மின்னல் வீச்சுத்தான் நடனம்;

" . . . மலை
யாழ மின்னல்
ஈழ மின்னல்
சூழ மின்னு தே!"

இனி, திருநெல்வேலிக்குப் போகலாம். சுமார் முந்நூறு வருஷங்களுக்குமுன் மதுரைப் பக்கத்திலிருந்து வந்த பலபட்டடைச் சொக்கநாதப் புலவர், நெல்லையப்பர் கோயிலில் எழுந்தருளியுள்ள காந்திமதித் தாயைத் தரிசித்து, ரொம்ப ரொம்ப உரிமை பாராட்டி, சுவாமியிடம் சிபார்சு செய்ய வேண்டும் என்று முரண்டுகிறார்:

"ஆய்முத்துப் பந்தரின்
மெல்லணை மீதுன்
அருகிருந் து
நீமுத்தம் தாவென்(று)
அவர்கொஞ்சும் வேளையில்
நித்தநித் தம்
வேய்முத்த ரோடென்
குறைகள் எலாம்மெல்ல
மெல்லச்சொன் னால்

வாய்முத்தம் சிந்தி
விடுமோநெல் வேலி
வடிவம்மை யே!"

கடவுளைப் பற்றிய ஆராய்ச்சியெல்லாம் நன்றாய் உருண்டு திரண்டு உறவு கொண்டாடும் பக்குவத்துக்கு வரவேண்டும் என்பர் கிரேக்க நிபுணர்கள். நம்முடைய கவிஞர் இங்கே நெருங்கி உறவாடுகிறார்.

திருநெல்வேலியிலிருந்து திருச்செந்தூருக்குப் போகிற மார்க்கத்திலே பதினெட்டாவது மைலில் ஆற்றுக்கு வடகரையில் சீவைகுண்டம் இருக்கிறது. பிள்ளைப்பெருமாள் ஐயங்கார் சீவைகுண்டத்துப் பெருமாளைப்பற்றிப் பாடிய ஒரு பாடல்:

சின்னஞ்சிறு பெண். தலையில் அணிந்த மாலையை அரையில் சுற்றிக்கொள்வாள்; அரையிலுள்ள ஆடையைத் தலையில் கட்டிக்கொள்வாள்: அவ்வளவு அறியாப் பசளை. அந்தப் பெண் திடீரென்று ஆடை முதலியவற்றை அணியவும், மல்லிகையை விட்டுவிட்டுத் துளசிமாலையை நாடவும், சீவைகுண்டத்தைப் பாடவும் ஆரம்பித்துவிட்டாள். காரணம், அவ்வூர்ப் பெருமாள் மீது காதல் கொண்டுவிட்டதுதான். வளர்ப்புத் தாயான செவிலி இதைப்பார்த்து வருந்துகிறாள்:

"தாருடுத்துத் தூசு
தலைக்கணியும் பேதைஇவள்
நேருடுத்து நின்ற
நிலையறியேன் – சீருடுத்த
பாவைதங்கும் மார்பன்தன்
பச்சைத் துழாய்நாடும்
சீவைகுந்தம் பாடும்
தெளிந்து."*

ஆற்றுக்குத் தென்கரையில் நம்மாழ்வார் அவதார ஸ்தலமான ஆழ்வார்திருநகரி. பூர்வத்தில் இதற்குத் திருக்குருகூர் என்று பெயர். மேல்நாட்டு சயன்ஸ் நிபுணர்கள் இயற்கை உண்மையில் ஈடுபட்ட முறையில், ஆழ்வார் கடவுள் உண்மையில் அப்படியே ஈடுபட்டவர். ஈடுபாட்டை ஆயிரம் தமிழ்ப்பாட்டில் (திருவாய் மொழியில்) வெளியிட்டார். இது தமிழுக்குக் கிடைத்த யோகம். முத்தி எய்துவதற்கு ஆழ்வாருடைய பாடல்களைவிட வேறு எளிதான வழி கிடையாது; மக்களுக்குத் திருவாய் மொழி கிடைத்துவிட்டால், நகரமெல்லாம் பாழ்தான்; இந்த விதமாகக் கவி. கவியைக் கம்பர் பாடினதாகச் சொல்லுவார்கள். நமக்கு

* தார் – மாலை, தூசு – ஆடை, சீர் உடுத்த பாவை – புகழால் அலங்கரிக்கப்பட்ட லக்ஷ்மிதேவி.

அதைப் பற்றிக் கவலை இல்லை. பாட்டு அருமையாய் அமைந்திருக்கிறது; இதுவே போதுமானது நமக்கு.

“மொழிபல வாயும்
தமிழ்சிறப் புற்றது,
முத்திளய் தும்
வழிபல வாயவிட்(டு)
ஒன்றா யது, வழு
வாநர கக்
குழிபல வாயின
பாழ்பட்டது, குளிர்
நீர்ப்பொரு நை
சுழிபல வாய்ஒழு
கும்குரு கூர்எந்தை
தோன்றலி னே!”

திருவாய்மொழிக்கு இதுவல்லவா மதிப்புரை!

இனி, மோட்டார் வண்டியை ஒரு முக்கியமான ஊருக்கு விடவேண்டும். கொற்கை என்கிற ஊர். அது சிறு ஊர்தான்; அதன் புகழோ அபாரம். சுமார் இரண்டாயிரம் வருஷத்துக்கு முன்னிருந்த ஒரு பெருங் கவிஞர், முத்தொள்ளாயிர ஆசிரியர், அங்கே வந்தார். பல தேசங்களிலுமிருந்து வர்த்தகர்கள் வந்து முத்து வியாபாரம் செய்கிறதைப் பார்த்தார். குவியல் குவியலாக முத்துக்கள் கடைத் தெருக்களில் வைத்திருக்க வேண்டுமல்லவா? மேற்கே ரோமாபுரி, கிரேக்க தேசம் முதல் கிழக்கே சைனா வரையும் கொற்கையிலிருந்தே முத்து போய்க்கொண்டிருந்தது. புலவர் முத்துவளத்தை நன்றாய் அனுபவித்தார். பாடவேண்டியது தானே!

மதுரையிலுள்ள பாண்டியனுக்குக் கொற்கையும் ஒரு தலைநகராயிருந்தது.

ஒரு பெண், பாண்டியனுடைய வீரத்தைப் பற்றிக் கேட்டிருந்தவள், அவனை நேரிலும் பார்த்துவிட்டாள். அப்படியே அவன்மேல் காதல் கொண்டு அதுபற்றிய வருத்தமெல்லாம் ஏற்பட்டு, வீட்டில் ஒரு மூலையில் உட்கார்ந்து அவனை நினைத்துக் கண்ணீர் வடித்துக் கொண்டிருக்கிறாள். அவளை அருமையாய் வளர்த்த செவிலித் தாயர்கள் ஒதுங்கியிருந்து ஒருவருக்கொருவர் மிக்க அனுதாபத்தோடு பேசிக்கொள்ளுகிறார்கள்; ‘ஏதோ சிப்பியிலிருந்து முத்துக்கள் வந்ததாம்; அதுவும் கொற்கை ஊரில்த் தான் உண்டாம்; பாண்டியனுடைய மார்பைத் தழுவ வேண்டும் என்று ஏக்கங்கொண்டிருக்கும் பெண்கள் கண்ணிலும் முத்துக்கள் உண்டாகின்றனவே! என்ன செய்கிறது!’ என்பதுதான் பாட்டின் பாவம். ஒரு சிறு வெண்பாவில் ஒரு நாடகம்:

"இப்பியீன் றிட்ட
எரிகதிர் நித்திலம்
கொற்கையே அல்ல
படுவது – கொற்கைக்
குருதிவேல் மாறன்
குளிர்சாந் தகலம்
கருதியார் கண்ணும்
படும்!"

திருச்செந்தூருக்கு சுவாமி தெரிசனம் செய்யப் போக வேண்டியதுதான் இனி. வழியிலே, காயல்ப்பட்டணத்தில் கொஞ்சம் இறங்கிவிட்டுப் போகலாம்.

காயல்ப்பட்டணத்தில் இருநூற்றைம்பது வருஷத்துக்குமுன் சீதக்காதி என்ற பெரிய வணிகர் இருந்தார். அவருடைய கப்பல்கள் பல தேசங்களுக்கும் சென்று வர்த்தகத்தின் மூலமாக மிகுந்த திரவியத்தைச் சம்பாதித்து வந்தன. அவர் தமிழில் ரொம்பவும் ஈடுபட்டுத் தமிழ்ப் புலவர்களுக்குப் பெருங்கொடை கொடுத்து வந்தார். அவர் இறந்தபோது, புலவர்கள் இதயத்தில் இடிதான் விழுந்தது. நமசிவாயப் புலவர் என்பவர் என்ன ஆற்றாமையோடு அலறுகின்றார் பாருங்கள்:

"பூமா திருந்தென்,
புவிமா திருந்தென்இப்
பூதலத் தில்
நாமா திருந்தென்ன,
நாமும் இருந்தென்ன,
நாவலர்க் குக்
கோமான், அழகமர்
மால்சீதக் காதி,
கொடைக்கரத் துச்
சீமான் இறந்திட்ட
போதே புலமையும்
செத்தது வே!"

உண்மையான பாவம்.

இனி, திருச்செந்தூருக்குத்தான். திருச்செந்தூரைப் பற்றி எத்தனையோ பாடல்களைப் புலவர்களும் பக்தர்களும் பாடி சுவாமிக்கு அபிஷேகமாகவே கொட்டியிருக்கிறார்கள். அதற்குக் குறைவில்லை.

திருப்புகழ் பாடிய அருணகிரிநாதர் வந்து, நந்தவனங்களையும் அவைகளை வளமாய்ப் பரிபாலிப்பதையும் பார்த்து அனுபவித் தார். ஏரிநீர் நந்தவனங்களில்க் கட்டிக் கிடப்பதால்ச் சேல்மீன்கள் துள்ளிக் குதிக்கவும் பூஞ்செடி கொடிகளையே அழிக்கவும்

தலைப்பட்டனவாம். இந்த மீன்களிலிருந்து எங்கெங்கு போகிறார் கவிஞர் என்பதைப் பார்ப்போம்:

“சேல்பட் டழிந்தது
 செந்தூர் வயப்பொழில்,
  தேங்கடம் பின்
மால்பட் டழிந்தது
 பூங்கொடி யார்மனம்,
  மாமயி லோன்
வேல்பட் டழிந்தது
 வேலையும் சூரனும்
  வெற்பும்,அ வன்
கால்பட் டழிந்ததால்
 என்தலை மேல்அயன்
  கையெழுத் தே!”

திருச்செந்தூர் முருகனைப் பணிந்ததால்ப் பிறவியே போய்விட்டது என்றார்.

சமுத்திரத்தை முட்டி ஆய்விட்டது. மோட்டார் வண்டியைத் திருப்பி, நேரே கழுகுமலைக்குப் போய் அங்கே எழுந்தருளியிருக்கும் முருகனைத் தெரிசிக்கலாம். பாடுகிற காவடிப்பாட்டெல்லாம் கழுகுமலை முருகன் மேல்த்தான். இப்பொழுது வழங்கும் காவடிச்சிந்தைப் பாடியவர் அண்ணாமலை ரெட்டியார். காவடிப்பாட்டைக் கேட்கவேண்டுமானால், பம்பை, மேளம், ஆட்டம் எல்லாவற்றோடும் கேட்டால்த்தான் ரஸமும் சக்தியும் தெரியும். முருகனது அழகில் ஈடுபட்ட பெண், அவனை நினைந்து உருகுகிறதைப் பார்ப்போம்:

“உள்ளம் மெல்ல மெல்ல
 முருகன் என்று நினைந்(து)
உருகுதே – கண்ணீர்
பெருகுதே – முத்தம்
கருகுதே – என்தன்
 உச்சிக் கேறிக் காமப்
  பித்தம் கிறுகி றென்று
வருகுதே!”

கழுகுமலையிலே கடைசிச் சுக்கிரவாரந்தோறும் காவடியாட்டமும் காவடிப்பாட்டும் வேண்டிய மட்டும் உண்டு; அனுபவிக்கலாம்.

இங்கிருந்து சங்கரன்கோயில் பன்னிரண்டு மைல். பெரிய சிவஸ்தலம். அம்பாள் கோமதித் தாய். கோமதித் தாயைப் பற்றி உண்மையான பக்தியும் தமிழ்ப் பண்பும் வாய்ந்த ஒரு பாடல். அதைப் பாடியவர் திருநெல்வேலி அழகியசொக்கநாத பிள்ளை;

பல பதசாகித்தியங்கள் செய்த அழகியசொக்கநாத பிள்ளைதான். புலவருடன் இருந்து நேரிற் கேட்டு அனுபவித்த ராவ்சாகிப் வெ.ப. சுப்பிரமணிய முதலியார் அவர்கள் மூலமாகப் பாடல் கிடைத்தது. தமிழ்ப் பாடல் வரும் தோரணையைப் பார்க்க வேண்டும்:

“கேடா வரும்நமனைக்
 கிட்டவரா தேதூரப்
‘போடா’ என் றோட்டிஉன்தன்
 பொற்கமலத் தாள்நிழற்கீழ்
‘வாடா’ எனஅழைத்து
 வாழ்வித்தால், அம்ம! உனைக்
கூடாதென் றார்தடுப்பார்?
 கோமதித்தாய் ஈஸ்வரியே!”

பக்தியானது தமிழுக்குள்ளே வளைந்து வளைந்து ஓடுவது எவ்வளவு அழகாய் இருக்கிறது!

சங்கரன்கோயிலுக்கு வடக்கே எட்டு மைல் ஒரு முக்கிய மான ஸ்தலம். கருவைநல்லூர் என்றும் கரிவலம்வந்த நல்லூர் என்றும் பெயர். சைவ வழக்கில் ‘திருக்கருவை’ என்று சொல்லுவார்கள். சாமானியமான ஊர்தான். ஆனால், கோயிலும் சுற்று வீதிகளும் அழகாய் அமைந்திருக்கின்றன. சுவாமி திருநாமம் பால்வண்ணநாதர்; அம்பாள் திருநாமம் ஒப்பனை அம்மை; ஸ்தல விருக்ஷம் களா. இத்தனையிலும் ஒரு பக்தர் ஈடுபட்டார்; தமிழிலும் மிக்க ஈடுபட்டவர்தான். திருக்கருவை வெண்பா அந்தாதி, பதிற்றுப்பத்தந்தாதி, கலித்துறை அந்தாதி என்ற மூன்று நூல்களைப் பாடியிருக்கிறார். அவைகளில் அநேக பாடல்கள் பக்தியும் செய்யுள் நயமும் நிறைந்து பாடப் பாட நாவுக்கு இனிமை தந்து கொண்டிருக்கும்.

நெஞ்சைப் பார்த்து, ‘அட நெஞ்சே! உனக்கு எல்லாம் வாய்ப்பாய் இருக்கின்றனவே! மயக்கத்துக்கு உள்ளாகி (மாலுண்டு) ஏன் வருந்த வேண்டும்?’ என்று கேட்கிறார்.

“மாலுண்டு, நெஞ்சே!
 வருந்துவதென்? பால்வண்ணன்
காலுண்(டு), அடியார்
 கனிந்திசைத்த – நூலுண்டு.
வாழ்த்திடநம் வாயுண்(டு),
 அலர்சொரியக் கையுண்டு
தாழ்த்திடவும் உண்டே
 தலை!”

இந்தப் பாடலை ஒரு நாள் சென்னை ரேடியோவில் விளக்கிச் சொல்லும்படி எனக்கு நேர்ந்தது. யாழ்ப்பாணத்திலிருந்து ஒரு

பக்தர் மாம்பலத்துக்கு வந்திருந்தார். மாம்பலம் மைதான ஒலிபரப்பியில் பாடலைக் கேட்டதும், பாடல் இவருக்கு மனப்பாடம் ஆய்விட்டது. பாடிக்கொண்டேதான் வீட்டுக்கு வந்து சேர்ந்தார். வீட்டில் சந்தித்ததும், கருவைநல்லூர் எங்கேயிருக்கிறது, எந்த மார்க்கமாக அவ்வூருக்குப் போகவேண்டும் என்றெல்லாம் என்னைக் கேட்டார்; பாடல் அவ்வளவாக அவருடைய மனசைப் பிணித்துவிட்டது. இதயம் ஒட்டி அனுபவித்து விட்டால் பாடல் யாரையுமே திருக்கருவைக்கு யாத்திரை போகத் தூண்டிவிடும்.

இனி, குற்றாலத்துக்கு நேராகப் போகவேண்டும். கவி இல்லாமலே மனசைக் கவரக் கூடிய இடம் குற்றாலம். கோயில், அருவி, சோலை பொதிந்த மலை, தென்றல் எல்லாம் சேர்ந்து அமைந்திருப்பதைப் பார்த்தால், உலகத்திலேயே இந்த மாதிரி இடம் இல்லை என்றே சொல்லலாம். சுமார் ஆயிரத்து முந்நூறு வருஷங்களுக்கு முன் திருஞானசம்பந்தர் இங்கு வந்தார். தற்போதுள்ள கட்டடங்களும் காப்பிக் கடைகளும் இல்லாத காலம். இடம் எவ்வளவு அழகாய் இருந்திருக்கும்!

"நுண்துளி தூங்கும் குற்றாலம்"

என்றார். அருவியின் நுண்துளியும், மலையை ஒட்டிச் சஞ்சரிக்கும் மெல்லிய மேகங்கள் தூற்றும் நுண் துளியும் கீழே விழுந்துவிடாது காற்றில் அப்படியே அசைந்து போவதைப் பார்த்துத்தான் ஞானசம்பந்தர் பாடினார். குற்றாலத்தைப் பற்றி ஒரு பதிகமும், ஸ்தல விருக்ஷமான குறும்பலாவைப் பற்றி ஒரு பதிகமும் பாடியிருக்கிறார்.

மாணிக்கவாசகரும் ஒரு பாடல் பாடியிருக்கிறார்:

"உற்றாரை யான்வேண்டேன்
    ஊர்வேண்டேன் பேர்வேண்டேன்
கற்றாரை யான்வேண்டேன்
    கற்பனவும் இனி அமையும்,
குற்றாலத் துறைகின்ற
    கூத்தாஉன் குரைகழற்கே
கற்றாவின் மனம்போலக்
    கசிந்துருக வேண்டுவனே!"

குற்றாலத்திலே,

"ஓடக் காண்பது பூம்புனல் வெள்ளம்
    ஒடுங்கக் காண்பது யோகியர் உள்ளம்."

ரொம்ப உண்மை. மாணிக்கவாசகருக்கும் உள்ளம் எப்படி ஒடுங்கு கிறது பாருங்கள். கூத்தப் பெருமான் கோயில் பூர்வீகமான பழைய கோவில். சிறிய கட்டடமாயுள்ளது. மாணிக்கவாசகர்

பாட்டுக்காகவாவது அதை அப்படியே பழுது பார்த்து வைத்துக் காப்பாற்ற வேண்டும்.

பிற்காலத்திலே எழுந்த தமிழ் இலக்கியங்களில் முக்கியமானது குற்றாலக் குறவஞ்சி. அது உண்மையான தமிழ்ப் பண்பும் கவிப் பண்பும் வாய்ந்தது. இருநூற்றைம்பது வருஷங்களுக்கு முன் குற்றாலத்துக்குக் கிழக்கே இரண்டு மைலில் உள்ள மேலகரத்தில் வாழ்ந்துவந்த திரிகூடராசப்பன் கவிராயர் பாடிய நூல். குற்றாலநாதர் தேவஸ்தானத்திலிருந்தே குறவஞ்சியை வெளியிட்டிருக்கிறார்கள். கோயிலிலேயே புத்தகம் வாங்கிக் கொள்ளலாம். அரை ரூபாய் கொடுத்து வாங்க வேண்டியது; ஆயுள் நாள் முழுதும் அனுபவித்துக்கொண்டே இருக்கவேண்டியது. எங்கே போனாலும் கூடவே இருக்க வேண்டிய புத்தகங்களில் குற்றாலக் குறவஞ்சி ஒன்று. தமிழ்க் கவியின் உல்லாச விளையாட்டு இன்னது என்று தெரிவதற்கு இதிலே ஒரு சிறு பாடலைப் பார்க்கலாம். குறி சொல்லுகிற குறத்தி குற்றால மலையின் பெருமையைக் கொழிக்கிறாள்:

"கயிலைஎனும் வடமலைக்குத்
தெற்குமலை அம்மே!
கனகமகா மேருவென
நிற்கும்மலை அம்மே!

சயிலமலை தென்மலைக்கு
வடக்குமலை அம்மே!
சகலமலை யும்தனக்குள்
அடக்குமலை அம்மே!

வயிரமுடன் மாணிக்கம்
விளையும்மலை அம்மே
வான்இரவி முழைகள்தொறும்
நுழையும்மலை அம்மே!

துயிலும்அவர் விழிப்பாகி
அகிலம்எங்கும் தேடும்
துங்கா்திரி கூடமலை
எங்கள்மலை அம்மே!"

குறத்தியின் பாட்டு, மலையிலுள்ள அருவிகளைப் போல் கும்மாளி போடுகிறது.

கடைசியாகப் போகவேண்டிய இடம் பாவநாசந்தான். பாவநாசத்துத் தண்ணீரையும் அதில் நீராடும் ஆனந்தத்தையும் நேரில் அனுபவித்தவர்களுக்குத்தான் அதன் அருமை இன்னதென்று தெரியும். ஆற்றில் ஸ்நானம் செய்ய வேண்டும்; சுவாமி அம்பாளைத் தரிசிக்க வேண்டும்; பக்கத்திலுள்ள சிங்கை என்ற

விக்கிரமசிங்கபுரத்திலேயே வசிக்க வேண்டும். இதற்கொப்பான வாழ்க்கை இல்லை என்றால்க் குற்றமில்லை. இப்படியெல்லாம் வாழ்ந்து அனுபவித்த விக்கிரமசிங்கபுரத்து நமசிவாயக் கவிராயர் பாடுகிறார்.

> "பாரிலே நமக்கொருவர்
> நிகரோதென் றல்ப்
> பருவத்து வருதாம்பிர
> பருணியாற் று
> நீரிலே மூழ்கிவினை
> ஒழிந்தோம்சை வ
> நெறியிலே நின்றுநிலை
> பெற்றோம்சிங் கை
> ஊரிலே குடியிருந்தோம்
> எமது கீர்த் தி
> உலகெலாம் புகழ்ந்தேத்த
> உலகமா தின்
> பேரிலே கவிதையெலாம்
> சொன்னோம்இந் தப்
> பிறப்பில்ஏழு பிறப்பும்அறப்
> பெறுகின்றோ மே!"*

சாரற் காலத்தில், அதாவது தென்றல்ப் பருவத்தில்ப் பாவநாசத்துக்குப் போவோமானால், புலவர் பாடிய பாடலை நன்றாய் அனுபவிப்போம். முழுதும் ஆமோதிப்போம். பாவவிமோசனந்தான்.

(26 மே 1940)

~

---

* உலகமாது – உலகம்மை; அம்பாள் திருநாமம்.

செய்யுள் முதற்குறிப்பகராதி

அஞ்சேல், 53

அலையுரு, 145

ஆடுநனி, 143

ஆடெரி, 143

ஆய்முத்து, 149

ஆவல் அன், 79

ஆளுக்கே, 148

ஆற்றுவெள், 149

இடித்து, 99

இத்தை, 111

இப்பியீன், 152

உடலினை, 38, 39

உள்ளம்தெளி, 101

உள்ளம்மெல், 153

உற்றாரை, 155

எம்பெருமான், 75

எழுதாமல், 56

என்னத்தை, 112

ஒழிவற, 119, 120

ஒளிபடை, 67

ஒன்றாக, 119

ஓட, 116, 155

கண்ணிலே, 92

கம்பன் கவி, 148

கயிலைஎனும், 156

கரத்தொடு, 36, 38

கல்விசிறந்த, 147

குயிலும், 101

குருடும், 134

கூடற், 81

கூத்தாட்டு, 86

கேடாவரும், 154

சற்றேவிலகி, 137

சாட்டி, 117

சித்திரமும், 124

சுற்றாத, 117

சேயகம், 29, 30

சேல்பட், 153

தாருடுத்து, 150

துலங்கு, 135

தொழுவார், 62

நாடிப்புல, 96

நாட்டுமொழி, 101

நாவலிட்டு, 52

நாறெலாம், 90

நுண்துளி, 155

பணிபழு, 37, 39

பந்தம்எரி, 99

பல்லாண்டே, 53	முருகில், 33
பாடியமறை, 79	மெய்மை, 68
பாட்டு, 50, 66, 101, 105, 142	மொழிபல, 151
பாரிபாரி, 46	வலிமை, 66
பாரிலே, 157	வாகனை, 116,
பித்தைதனை, 111	வாயை, 99
பூமாதிருந், 152	வாலைமுறுக், 99
பூவால், 97,	வாழிமழை, 52
பெற்றாளே, 60	வானம், 53,
பேணி, 106	வித்தைஅளி, 112
மந்தை, 91	வித்தைதலை, 112
மலையாழ, 149	விறகில், 122
மாலுண்டு, 154	வீரவேல், 125
மானை, 99	வெற்றி, 95
முத்தை, 111, 113	வேழம்வீழ், 144
முத்தைமணி, 111	வேறுவேறு, 67